COOKBOOK NA MAY MINT CREAM

Tuklasin ang Versatility ng Crème de Menthe na may Koleksyon ng 100 Recipe

CELIA MARIN

Copyright Material ©2024

Lahat ng Karapatan ay Nakalaan

Walang bahagi ng aklat na ito ang maaaring gamitin o ipadala sa anumang anyo o sa anumang paraan nang walang wastong nakasulat na pahintulot ng publisher at may-ari ng copyright, maliban sa mga maikling sipi na ginamit sa isang pagsusuri. Ang aklat na ito ay hindi dapat ituring na kapalit ng medikal, legal, o iba pang propesyonal na payo.

TALAAN NG MGA NILALAMAN

TALAAN NG NILALAMAN 3
PANIMULA 6
ALMUHAN AT BRUNCH 8
   1. Creme de Menthe Chocolate Chip Pancake 9
   2. Creme de Menthe French Toast 11
   3. Creme de Menthe Chocolate Waffles 13
   4. Creme de Menthe Breakfast Perfect 15
   5. Creme de Menthe Chocolate Croissant 17
   6. Creme de Menthe Avocado Toast 19
   7. Creme de Menthe Fruit Salad 21
   8. Mint Chocolate Chip Pancake 23
   9. Mint Chocolate Waffles 25
   10. Mint Scones 27
   11. Mint at Ricotta Toast 29
   12. Creme de Menthe Mint Muffins 31
   13. Creme de Menthe Breakfast Smoothie 33
   14. Tinapay ng Saging na Creme de Menthe 35
   15. Creme de Menthe Breakfast Crepes 37
   16. Creme de Menthe Breakfast Oatmeal 39
   17. Creme de Menthe Breakfast Casserole 41
MGA MERYENDA AT PAMPAGANA 43
   18. Creme de Menthe Cream Puffs 44
   19. Creme De Menthe No-Bake Cookie Balls 47
   20. Andes Creme de Menthe Cream Cheese Cookies 49
   21. Mint Chocolate Chip Dip 51
   22. Minty Grilled Shrimp Skewers 53
   23. Minty Chocolate Truffles 55
   24. Andes Crème De Menthe Cookies 57
   25. Creme de Menthe Bars 59
   26. Mint at Berry Salad 61
   27. Creme de Menthe Cheesecake Bites 63
   28. Creme de Menthe Chocolate Strawberries 65
   29. Creme de Menthe Brownie Bites 67
   30. Creme de Menthe Chocolate Bark 69
   31. Creme de Menthe Mint Chocolate Fudge 71
   32. Creme de Menthe Chocolate Covered Pretzels: 73
   33. Creme de Menthe Mint Chocolate Popcorn 75
   34. Creme de Menthe Rice Krispie Treats 77
HAND RACE 79
   35. Minted Quinoa Salad 80
   36. Creme de Menthe Glazed Salmon 82

37. Creme de Menthe Mushroom Risotto 84
38. Creme de Menthe Chicken Alfredo 86
39. Creme de Menthe Glazed Pork Tenderloin 88
40. Creme de Menthe Shrimp Linguine 90
41. Creme de Menthe Beef Stir-Fry 92
42. Creme de Menthe Gulay Pasta 94

DISERTO AT MGA MATAMIS 96
43. Grasshopper Brownies Supreme 97
44. Fresh Garden Mint Ice Cream 100
45. Chocolate Mint Espresso Pie 102
46. Perpektong Menthe Cream 104
47. Creme de Menthe Cookie Cake 106
48. Creme de Menthe Chocolate Mousse 108
49. Creme de Menthe Ice Cream Float 110
50. Creme de Menthe Chocolate Cheesecake 112
51. Creme de Menthe Chocolate Fondue 114
52. Lime Pie na may Creme de Menthe 116
53. Brownie soufflé na may mint cream 119
54. Oreo Mint Ice Cream 121
55. Mint Chip Cheesecake Mousse 123
56. Marshmallow meringue gelato cake 126
57. Creme de Menthe Chocolate Trifle 128
58. Creme de Menthe Grasshopper Pie 130
59. Creme de Menthe Chocolate Chip Cookies 132

MGA KONDISMENTO 134
60. Creme de Menthe Mint Sauce 135
61. Mint Jelly Creme de Menthe 137
62. Mint Pesto Creme de Menthe 139
63. Creme de Menthe Mint Chimichurri 141
64. Creme de Menthe Mint Salsa 143
65. Mint Pesto Dip 145
66. Mint Yogurt Sauce 147
67. Mint Aioli 149
68. Mint mustasa 151

MGA COCKTAIL 153
69. Frostbite Tequila Cocktail 154
70. Chocolate Mint Oreo Drink 156
71. Birthday Creamy Delight 158
72. Creme de Menthe Ice Cream Shots 160
73. London Fog 162
74. Stinger 164
75. American Beauty 166
76. Arise My Love 168

77. Monte Carlo	170
78. Pall Mall Martini	172
79. Iceberg	174
80. Mint Patty Martini	176
81. Lumilipad na Tipaklong	178
82. Pinaghalong Mocha Frappe	180
83. Coffee Grasshopper	182
84. All-White Frappe	184
85. Irish Angel	186
86. Bushmills Irish Coffee	188
87. Grasshopper Cappuccino	190
88. Cocoa-Mint Espresso Shake	192
89. Kahlúa Crème De Menthe Coffee	194
90. Chocolate Stinger	196
91. Fallen Angel	198
92. Green Swizzle	200
93. Shamrock	202
94. Mint Chocolate Chip Smoothie	204
95. Peppermint Boba Tea	206
96. Creme de Menthe Sparkler	208
97. Creme de Menthe White Russian	210
98. Creme de Menthe Fizz	212
99. Creme de Menthe Daiquiri	214
100. Creme de Menthe Margarita	216
KONKLUSYON	**218**

PANIMULA

Maligayang pagdating sa "Cookbook na may mint cream" kung saan tinutuklasan namin ang kasiya-siyang versatility ng makulay at nakakapreskong liqueur na ito sa pamamagitan ng koleksyon ng 100 katakam-takam na recipe. Ang Crème de Menthe, na may maliwanag na berdeng kulay at malulutong na mint na lasa, ay isang minamahal na sangkap sa mga cocktail at dessert, ngunit ang potensyal nito sa pagluluto ay umaabot nang higit pa sa bar. Sa cookbook na ito, ipinagdiriwang namin ang kakaibang lasa at versatility ng crème de menthe, na nagpapakita ng kakayahang pagandahin ang parehong matamis at malasang mga pagkain na may sabog ng cool na minty freshness.

Sa cookbook na ito, matutuklasan mo ang magkakaibang hanay ng mga recipe na nagha-highlight sa makulay na lasa at nakakapreskong aroma ng crème de menthe. Mula sa mga klasikong cocktail at dekadenteng dessert hanggang sa malalasang sarsa at marinade, ang bawat recipe ay ginawa upang ipakita ang mga natatanging katangian ng minamahal na liqueur na ito. Fan ka man ng minty mojitos, indulgent na tipaklong pie, o masasarap na pagkain na may pahiwatig ng mint, mayroong isang bagay na mae-enjoy ng lahat sa koleksyong ito.

Ang pinagkaiba ng "Cookbook na may mint cream" ay ang pagbibigay-diin nito sa pagkamalikhain at pagbabago. Habang ang crème de menthe ay madalas na nauugnay sa mga cocktail at dessert, hinahamon ng cookbook na ito ang mga tradisyonal na ideya sa pamamagitan ng paggalugad ng potensyal nito sa isang malawak na hanay ng mga culinary application. Sa matingkad na berdeng kulay nito at nakakapreskong lasa, ang crème de menthe ay nagdaragdag ng kakaibang twist sa parehong matamis at malasang mga pagkain, na ginagawa itong isang versatile na sangkap para sa mga home cook at mga propesyonal na chef.

Sa buong cookbook na ito, makakahanap ka ng mga praktikal na tip para sa pagluluto gamit ang crème de menthe, pati na rin ang nakamamanghang photography upang pukawin ang iyong mga culinary creations. Nagho-host ka man ng cocktail party, naghahanda ng espesyal na dessert, o nag-eeksperimento sa mga bagong kumbinasyon ng lasa sa kusina, iniimbitahan ka ng "Cookbook na may mint cream" na ilabas ang iyong pagkamalikhain at tuklasin ang masasarap na posibilidad ng iconic na liqueur na ito.

ALMUHAN AT BRUNCH

1. Creme de Menthe Chocolate Chip Pancake

MGA INGREDIENTS:
- 1 tasang all-purpose na harina
- 1 kutsarang asukal
- 1 kutsarita ng baking powder
- ½ kutsarita ng baking soda
- ¼ kutsarita ng asin
- ¼ tasa creme de menthe liqueur
- ¼ tasa ng gatas
- ¼ tasa ng chocolate chips
- 1 itlog
- 2 kutsarang tinunaw na mantikilya
- Whipped cream (opsyonal)
- Chocolate sauce (opsyonal)

MGA TAGUBILIN:

a) Sa isang mixing bowl, pagsamahin ang harina, asukal, baking powder, baking soda, at asin.

b) Sa isang hiwalay na mangkok, haluin ang creme de menthe, gatas, itlog, at tinunaw na mantikilya.

c) Ibuhos ang mga basang sangkap sa mga tuyong sangkap at haluin hanggang sa pagsamahin lamang. Huwag mag-overmix; ayos lang ang ilang bukol.

d) Dahan-dahang tiklupin ang chocolate chips.

e) Magpainit ng kawaling kawal o non-stick skillet sa katamtamang init at bahagyang mantika ito ng mantikilya o cooking spray.

f) Ibuhos ang ¼ cup na bahagi ng pancake batter sa griddle at lutuin hanggang magkaroon ng mga bula sa ibabaw. I-flip at lutuin ang kabilang panig hanggang sa ginintuang kayumanggi.

g) Ihain ang mga pancake na may isang maliit na piraso ng whipped cream at isang drizzle ng chocolate sauce kung ninanais. Maaari ka ring magdagdag ng splash ng creme de menthe sa whipped cream para sa dagdag na minty touch.

2. Creme de Menthe French Toast

MGA INGREDIENTS:
- 4 na hiwa ng tinapay
- 2 itlog
- ¼ tasa ng gatas
- 2 kutsarang creme de menthe liqueur
- ½ kutsarita vanilla extract
- ¼ kutsarita ng giniling na kanela
- Mantikilya para sa pagluluto
- Powdered sugar (para sa pag-aalis ng alikabok)

MGA TAGUBILIN:

a) Sa isang mababaw na ulam, haluin ang mga itlog, gatas, creme de menthe, vanilla extract, at ground cinnamon.

b) Magpainit ng kawali o kawaling katamtamang init at matunaw ang mantikilya dito.

c) Isawsaw ang bawat hiwa ng tinapay sa pinaghalong itlog, siguraduhin na ang magkabilang panig ay nababalot ng mabuti.

d) Ilagay ang pinahiran na mga hiwa ng tinapay sa mainit na kawali at lutuin hanggang sa maging golden brown ang magkabilang panig.

e) Alisan ng alikabok ang French toast na may pulbos na asukal at ihain na may kaunting ambon ng creme de menthe syrup (ihalo ang creme de menthe na may pulbos na asukal hanggang sa maabot ang iyong ninanais na pagkakapare-pareho).

3.Creme de Menthe Chocolate Waffles

MGA INGREDIENTS:
- 1 tasang all-purpose na harina
- ¼ tasa ng unsweetened cocoa powder
- 2 kutsarang asukal
- 1 ½ kutsarita ng baking powder
- ½ kutsarita ng baking soda
- ¼ kutsarita ng asin
- ¼ tasa creme de menthe liqueur
- ¼ tasa ng gatas
- ¼ tasa ng buttermilk
- 1 itlog
- 2 kutsarang tinunaw na mantikilya
- ¼ tasa ng mini chocolate chips
- Whipped cream at chocolate shavings para sa topping

MGA TAGUBILIN:
a) Sa isang mixing bowl, haluin ang harina, cocoa powder, asukal, baking powder, baking soda, at asin.
b) Sa isa pang mangkok, pagsamahin ang creme de menthe, gatas, buttermilk, itlog, at tinunaw na mantikilya.
c) Ibuhos ang mga basang sangkap sa mga tuyong sangkap at haluin hanggang sa maayos.
d) Dahan-dahang tiklupin ang mini chocolate chips.
e) Painitin muna ang iyong waffle iron at bahagyang grasa ito ng cooking spray.
f) Ibuhos ang waffle batter sa preheated waffle iron at lutuin ayon sa mga tagubilin ng gumawa hanggang sa ang mga waffle ay malutong at kayumanggi.
g) Ihain ang creme de menthe chocolate waffles na may kasamang whipped cream at chocolate shavings.

4. Creme de Menthe Breakfast Parfait

MGA INGREDIENTS:
- 1 tasa ng vanilla yogurt
- 2 kutsarang creme de menthe liqueur
- ½ tasa ng granola
- ½ tasa ng sariwang berries (strawberries, blueberries, o raspberries)
- Mga sariwang dahon ng mint para sa dekorasyon

MGA TAGUBILIN:
a) Sa isang mangkok, ihalo ang creme de menthe liqueur sa vanilla yogurt.
b) Sa paghahatid ng mga baso o mangkok, i-layer ang creme de menthe yogurt, granola, at mga sariwang berry.
c) Ulitin ang mga layer hanggang sa mapuno ang baso, tinatapos ang isang dollop ng yogurt sa itaas.
d) Palamutihan ng sariwang dahon ng mint.

5. Creme de Menthe Chocolate Croissant

MGA INGREDIENTS:
- 4 na mini croissant
- ¼ tasa creme de menthe liqueur
- ¼ tasa ng chocolate chips
- 2 kutsarang powdered sugar (para sa pag-aalis ng alikabok)

MGA TAGUBILIN:
a) Painitin muna ang iyong oven sa 350°F (175°C).
b) Hatiin ang bawat mini croissant sa kalahating pahaba, na lumilikha ng itaas at ibaba.
c) Ibuhos ang creme de menthe liqueur sa ibabang bahagi ng mga croissant.
d) Iwiwisik ang chocolate chips nang pantay-pantay sa ibabaw ng liqueur-soaked croissant halves.
e) Ilagay ang mga itaas na bahagi pabalik sa ilalim upang lumikha ng mga sandwich.
f) I-wrap ang bawat croissant sandwich sa aluminum foil.
g) Maghurno sa preheated oven para sa mga 10 minuto, o hanggang sa ang mga croissant ay mainit-init at ang tsokolate ay natunaw.
h) Alikabok ng may pulbos na asukal at ihain nang mainit.

6. Creme de Menthe Avocado Toast

MGA INGREDIENTS:
- 2 hiwa ng whole-grain na tinapay
- 1 hinog na abukado
- 1 kutsarang creme de menthe liqueur
- 1 kutsarita ng lemon juice
- Asin at paminta para lumasa
- Red pepper flakes (opsyonal)
- Mga sariwang dahon ng mint para sa dekorasyon

MGA TAGUBILIN:

a) I-toast ang mga hiwa ng whole-grain bread hanggang sa sila ay malutong at ginintuang.
b) Sa isang mangkok, i-mash ang hinog na avocado na may creme de menthe liqueur at lemon juice.
c) Timplahan ng asin, paminta, at red pepper flakes ang pinaghalong avocado (kung gusto mo ng kaunting init).
d) Ikalat ang pinaghalong creme de menthe avocado nang pantay-pantay sa mga hiwa ng toasted bread.
e) Palamutihan ng sariwang dahon ng mint para sa pagsabog ng pagiging bago.
f) I-enjoy ang iyong kakaiba at creamy creme de menthe avocado toast.

7. Creme de Menthe Fruit Salad

MGA INGREDIENTS:
- Sari-saring sariwang prutas (hal., strawberry, kiwi, pinya, at ubas), tinadtad o hiniwa
- 2 kutsarang creme de menthe liqueur
- 1 kutsarang pulot
- Mga sariwang dahon ng mint para sa dekorasyon

MGA TAGUBILIN:
a) Sa isang malaking mangkok, pagsamahin ang sari-saring sariwang prutas.
b) Sa isang hiwalay na maliit na mangkok, haluin ang creme de menthe liqueur at honey.
c) Ibuhos ang pinaghalong creme de menthe at pulot sa ibabaw ng fruit salad at dahan-dahang ihagis upang mabalot ang prutas.
d) Palamutihan ng sariwang dahon ng mint.
e) Ihain ang iyong creme de menthe fruit salad bilang isang nakakapresko at makulay na opsyon sa almusal.

8. Mint Chocolate Chip Pancake

MGA INGREDIENTS:
- 1 ½ tasang all-purpose na harina
- 2 kutsarang asukal
- 2 kutsarita ng baking powder
- ¼ kutsarita ng asin
- 1 ¼ tasa ng gatas
- 1 itlog
- 2 kutsarang unsalted butter, natunaw
- ½ kutsarita creme de menthe liqueur
- ½ tasang chocolate chips
- ¼ tasa tinadtad na sariwang dahon ng mint
- Whipped cream (opsyonal)

MGA TAGUBILIN:
a) Sa isang malaking mangkok, haluin ang harina, asukal, baking powder, at asin.
b) Sa isang hiwalay na mangkok, haluin ang gatas, itlog, tinunaw na mantikilya, at creme de menthe liqueur.
c) Idagdag ang mga basang sangkap sa mga tuyong sangkap at haluin hanggang sa pagsamahin lamang.
d) I-fold ang chocolate chips at tinadtad na dahon ng mint.
e) Magpainit ng nonstick skillet o griddle sa katamtamang init.
f) Maglagay ng humigit-kumulang ¼ tasa ng batter bawat pancake sa kawali o kawaling.
g) Lutuin hanggang sa matuyo ang mga gilid ng pancake at mabula ang ibabaw, pagkatapos ay i-flip at lutuin ng karagdagang 1-2 minuto hanggang sa maluto ang mga pancake.
h) Ulitin sa natitirang batter.
i) Ihain ang mga pancake na mainit na may whipped cream, kung ninanais.
j) Enjoy!

9. Mint Chocolate Waffles

MGA INGREDIENTS:
- 1 ½ tasang all-purpose na harina
- ¼ tasa ng pulbos ng kakaw
- 2 kutsarang asukal
- 2 kutsarita ng baking powder
- ½ kutsarita ng baking soda
- ½ kutsarita ng asin
- 1 ½ tasang buttermilk
- ¼ tasa ng langis ng gulay
- 2 itlog
- 1 kutsarita creme de menthe liqueur
- ¼ tasa tinadtad na sariwang dahon ng mint
- Whipped cream at chocolate chips para sa topping (opsyonal)

MGA TAGUBILIN:
a) Sa isang malaking mangkok, haluin ang harina, cocoa powder, asukal, baking powder, baking soda, at asin.
b) Sa isang hiwalay na mangkok, haluin ang buttermilk, vegetable oil, itlog, at creme de menthe liqueur.
c) Idagdag ang mga basang sangkap sa mga tuyong sangkap at haluin hanggang sa pagsamahin lamang.
d) I-fold ang tinadtad na dahon ng mint.
e) Painitin muna ang waffle iron at i-spray ng cooking spray.
f) Ibuhos ang batter sa waffle iron at lutuin ayon sa mga tagubilin ng gumawa.
g) Ihain ang mga waffle na nilagyan ng whipped cream at chocolate chips, kung gusto, at magsaya!

10. Mint Scones

MGA INGREDIENTS:
- 2 tasang all-purpose na harina
- ¼ tasa ng asukal
- 1 kutsarang baking powder
- ¼ kutsarita ng asin
- ½ tasang unsalted butter, malamig at gupitin sa maliliit na piraso
- ½ tasa tinadtad na sariwang dahon ng mint
- ⅔ tasa ng mabigat na cream
- 1 malaking itlog
- 1 kutsarita creme de menthe liqueur

MGA TAGUBILIN:
a) Painitin ang hurno sa 400°F at lagyan ng parchment paper ang isang baking sheet.
b) Sa isang malaking mangkok, haluin ang harina, asukal, baking powder, at asin.
c) Gupitin ang mantikilya gamit ang isang pastry blender o ang iyong mga daliri hanggang sa ang timpla ay maging katulad ng mga magaspang na mumo.
d) Haluin ang tinadtad na dahon ng mint.
e) Sa isang hiwalay na mangkok, haluin ang mabibigat na cream, itlog, at creme de menthe liqueur.
f) Idagdag ang mga basang sangkap sa mga tuyong sangkap at haluin hanggang sa magsama-sama ang timpla upang bumuo ng kuwarta.
g) Ilabas ang kuwarta sa isang bahagyang nilagyan ng harina at masahin sandali.
h) I-pat ang kuwarta sa isang bilog na halos 1 pulgada ang kapal.
i) Gupitin ang bilog sa 8 wedges.
j) Ilagay ang wedges sa inihandang baking sheet.
k) Maghurno ng 18-20 minuto, o hanggang ang mga scone ay bahagyang ginintuang kayumanggi at maluto.
l) Hayaang lumamig ang mga scone ng ilang minuto bago ihain.
m) Enjoy!

11. Mint at Ricotta Toast

MGA INGREDIENTS:
- 2 hiwa ng whole grain bread, toasted
- ½ tasa ng ricotta cheese
- ¼ tasa sariwang dahon ng mint
- 1 kutsarita creme de menthe liqueur
- 1 kutsarita ng pulot
- Kurot ng asin

MGA TAGUBILIN:
a) Sa isang maliit na mangkok, ihalo ang ricotta cheese, dahon ng mint, creme de menthe liqueur, honey, at asin.
b) Ikalat ang pinaghalong ricotta nang pantay-pantay sa mga hiwa ng toasted bread.
c) Ihain kaagad at magsaya!

12. Creme de Menthe Mint Muffins

MGA INGREDIENTS:
- 2 tasang all-purpose na harina
- 1/2 tasa ng asukal
- 1 kutsarang baking powder
- Kurot ng asin
- 1 tasang gatas
- 1/3 tasa ng langis ng gulay
- 2 itlog
- 1 kutsarita vanilla extract
- 1/4 tasa ng Creme de Menthe liqueur
- 1/2 tasa tinadtad na sariwang dahon ng mint

MGA TAGUBILIN:

a) Painitin muna ang iyong oven sa 375°F (190°C) at lagyan ng mga liner ng papel ang muffin tin.
b) Sa isang mixing bowl, pagsamahin ang all-purpose na harina, asukal, baking powder, at asin.
c) Sa isa pang mangkok, haluin ang gatas, langis ng gulay, itlog, at vanilla extract hanggang sa maayos na pinagsama.
d) Dahan-dahang idagdag ang mga basang sangkap sa mga tuyong sangkap, haluin hanggang sa pagsamahin lamang.
e) Haluin ang Creme de Menthe liqueur at tinadtad na sariwang dahon ng mint.
f) Hatiin ang batter nang pantay-pantay sa mga muffin cup at maghurno sa loob ng 18-20 minuto, o hanggang malinis ang isang toothpick na ipinasok sa gitna.
g) Hayaang lumamig ang mga muffin sa lata sa loob ng ilang minuto bago ilipat ang mga ito sa wire rack upang ganap na lumamig.

13. Creme de Menthe Breakfast Smoothie

MGA INGREDIENTS:
- 1 hinog na saging
- 1/2 tasa plain Greek yogurt
- 1/2 tasang dahon ng spinach
- 1/4 tasa ng Creme de Menthe liqueur
- 1/2 tasa ng gatas (pagawaan ng gatas o plant-based)
- Isang dakot ng ice cubes
- Mga sariwang sanga ng mint para sa dekorasyon (opsyonal)

MGA TAGUBILIN:
a) Sa isang blender, pagsamahin ang saging, Greek yogurt, dahon ng spinach, Creme de Menthe liqueur, gatas, at ice cubes.
b) Haluin hanggang makinis at mag-atas, magdagdag ng mas maraming gatas kung kinakailangan upang maabot ang iyong ninanais na pagkakapare-pareho.
c) Ibuhos ang smoothie sa mga baso at palamutihan ng sariwang mint sprigs, kung ninanais.
d) Ihain kaagad.

14. Tinapay ng Saging na Creme de Menthe

MGA INGREDIENTS:
- 2 hinog na saging, minasa
- 1/2 tasa ng Creme de Menthe liqueur
- 1/3 tasa ng tinunaw na mantikilya
- 1/2 tasa ng asukal
- 1 itlog
- 1 kutsarita vanilla extract
- 1 1/2 tasa ng all-purpose na harina
- 1 kutsarita ng baking soda
- 1/2 kutsarita ng asin
- Opsyonal: 1/2 tasa ng tinadtad na mani (tulad ng mga walnut o pecan)

MGA TAGUBILIN:
a) Painitin muna ang iyong oven sa 350°F (175°C). Magpahid ng 9x5-pulgada na kawali.
b) Sa isang malaking mixing bowl, pagsamahin ang mashed bananas at Creme de Menthe liqueur.
c) Haluin ang tinunaw na mantikilya, asukal, itlog, at vanilla extract hanggang sa maayos na pagsamahin.
d) Sa isang hiwalay na mangkok, haluin ang harina, baking soda, at asin.
e) Dahan-dahang idagdag ang mga tuyong sangkap sa mga basang sangkap, haluin hanggang sa pagsamahin lamang. I-fold ang tinadtad na mani, kung gagamit.
f) Ibuhos ang batter sa inihandang loaf pan at pakinisin ang tuktok.
g) Maghurno ng 50-60 minuto, o hanggang sa malinis na lumabas ang isang toothpick na ipinasok sa gitna.
h) Hayaang lumamig ang banana bread sa kawali sa loob ng 10 minuto, pagkatapos ay ilipat ito sa wire rack upang ganap na lumamig bago hiwain.

15. Creme de Menthe Breakfast Crepes

MGA INGREDIENTS:
- 1 tasang all-purpose na harina
- 2 itlog
- 1/2 tasa ng gatas
- 1/2 tasa ng tubig
- 2 kutsarang tinunaw na mantikilya
- 2 kutsarang Creme de Menthe liqueur
- Kurot ng asin
- Cooking spray o karagdagang tinunaw na mantikilya, para sa pagluluto
- Mga sariwang berry at whipped cream, para sa paghahatid

MGA TAGUBILIN:

a) Sa isang blender, pagsamahin ang harina, itlog, gatas, tubig, tinunaw na mantikilya, Creme de Menthe liqueur, at asin. Haluin hanggang makinis.

b) Mag-init ng non-stick skillet o crepe pan sa katamtamang init. Bahagyang balutin ang kawali ng cooking spray o tinunaw na mantikilya.

c) Ibuhos ang humigit-kumulang 1/4 na tasa ng batter sa kawali, paikot-ikot upang pantay-pantay ang ilalim.

d) Magluto ng 1-2 minuto, o hanggang sa magsimulang umangat ang mga gilid at ang ibaba ay bahagyang ginintuang.

e) Maingat na i-flip ang crepe at lutuin ng karagdagang 1-2 minuto sa kabilang panig.

f) Ulitin sa natitirang batter, i-stack ang mga nilutong crepes sa isang plato habang ikaw ay pupunta.

g) Ihain ang mga crepes nang mainit, puno ng mga sariwang berry at nilagyan ng whipped cream.

16. Creme de Menthe Breakfast Oatmeal

MGA INGREDIENTS:
- 1 tasang rolled oats
- 2 tasang gatas (pagawaan ng gatas o plant-based)
- 1/4 tasa ng Creme de Menthe liqueur
- 2 kutsarang pulot o maple syrup
- 1/4 kutsarita vanilla extract
- Kurot ng asin
- Hiniwang saging, chocolate chips, at tinadtad na mani para sa topping

MGA TAGUBILIN:
a) Sa isang kasirola, pagsamahin ang mga rolled oats, gatas, Creme de Menthe liqueur, honey o maple syrup, vanilla extract, at asin.
b) Dalhin ang timpla sa isang kumulo sa katamtamang init, pagpapakilos paminsan-minsan.
c) Bawasan ang apoy sa mahina at ipagpatuloy ang pagluluto, madalas na pagpapakilos, sa loob ng 5-7 minuto, o hanggang sa makapal at mag-atas ang oatmeal.
d) Alisin mula sa init at hayaan itong umupo ng isang minuto o dalawa upang lumapot pa.
e) Ihain ang oatmeal na mainit, na nilagyan ng hiniwang saging, chocolate chips, at tinadtad na mani.
f) I-enjoy ang iyong Creme de Menthe breakfast oatmeal!

17. Creme de Menthe Breakfast Casserole

MGA INGREDIENTS:
- 6 hiwa ng tinapay, cubed
- 1 tasang ginutay-gutay na cheddar cheese
- 1 tasang niluto at durog na sausage o bacon
- 6 na itlog
- 1 1/2 tasa ng gatas
- 1/4 tasa ng Creme de Menthe liqueur
- 1 kutsarita ng mustasa pulbos
- Asin at paminta para lumasa
- Opsyonal: Tinadtad na sariwang damo (tulad ng perehil o chives)

MGA TAGUBILIN:

a) Painitin muna ang iyong oven sa 350°F (175°C). Magpahid ng 9x13-inch na baking dish.

b) Ikalat ang mga bread cubes nang pantay-pantay sa ilalim ng baking dish. Iwiwisik ang ginutay-gutay na keso at lutong sausage o bacon sa ibabaw ng tinapay.

c) Sa isang malaking mixing bowl, haluin ang mga itlog, gatas, Creme de Menthe liqueur, mustard powder, asin, at paminta.

d) Ibuhos ang pinaghalong itlog sa tinapay, keso, at karne sa baking dish.

e) Pindutin nang dahan-dahan ang tinapay upang matiyak na ito ay ganap na nababad sa pinaghalong itlog.

f) Takpan ang baking dish na may aluminum foil at maghurno ng 30 minuto.

g) Alisin ang foil at maghurno para sa karagdagang 15-20 minuto, o hanggang sa maitakda ang kaserol at ang tuktok ay ginintuang kayumanggi.

h) Hayaang lumamig ang kaserol ng ilang minuto bago hiwain at ihain.

i) Palamutihan ng tinadtad na sariwang damo, kung ninanais.

MERYENDA AT PAMPAGANA

18. Creme de Menthe Cream Puffs

MGA INGREDIENTS:
- 1¼ tasa ng tubig
- ⅔ tasa ng mantikilya, cubed
- 1¼ tasang all-purpose na harina
- 5 malalaking itlog, temperatura ng silid

PAGPUPUNO:
- 2 tasang mabigat na whipping cream
- ⅓ tasa ng berdeng creme de menthe

GLAZE:
- ⅓ tasa ng mantikilya, nakakubo
- 2 ounces unsweetened chocolate, tinadtad
- 2 tasang asukal sa mga confectioner
- 1½ kutsarita ng vanilla extract
- 3 hanggang 6 na kutsarang mainit na tubig
- Karagdagang asukal sa mga confectioner, opsyonal

MGA TAGUBILIN:

a) Sa isang malaking kasirola, pakuluan ang tubig at mantikilya. Magdagdag ng harina nang sabay-sabay at pukawin hanggang sa mabuo ang isang makinis na bola. Alisin mula sa init; hayaang tumayo ng 5 minuto.

b) Magdagdag ng mga itlog, 1 sa isang pagkakataon, matalo ng mabuti pagkatapos ng bawat karagdagan. Ipagpatuloy ang paghahalo hanggang sa makinis at makintab ang timpla. I-drop ang bilugan na kutsarita nang 2 pulgada ang layo sa nilagyan ng mantika na baking sheet.

c) Maghurno sa 400° sa loob ng 20-25 minuto o hanggang mag-golden brown. Alisin sa mga wire rack. Gupitin ang isang maliit na hiwa sa gilid ng bawat puff upang payagan ang singaw na makatakas. Mga cool na puff.

d) Para sa pagpuno, sa isang malaking mangkok, talunin ang cream hanggang sa mabuo ang malambot na mga taluktok. I-fold sa creme de menthe. Pipe ang tungkol sa 1 kutsara sa bawat puff. Palamigin ng hanggang 2 oras.

e) Para sa glaze, sa isang maliit na kasirola, pagsamahin ang mantikilya at tsokolate. Lutuin at haluin sa mahinang apoy hanggang matunaw. Alisin mula sa init. Gamit ang isang whisk, ihalo ang asukal, banilya, at sapat na tubig ng mga confectioner upang gawin ang nais na pagkakapare-pareho para sa paglubog. Haluin hanggang makinis at walang lalabas na bukol.

f) Para mag-assemble ng puno: Paghiwalayin ang mga puff ayon sa laki at hugis, piliin ang mga flattest para sa ilalim na layer at ang pinakamaliit para sa itaas. Isawsaw ang ilalim ng 21 flattest puffs sa glaze. Ilagay sa isang 10-in. bilog na serving platter, sa concentric na bilog na bumubuo ng solidong bilog.

g) Para sa pangalawang layer, isawsaw ang ilalim ng 15 puffs sa glaze, pagkatapos ay ilagay ang mga ito sa base layer. Ipagpatuloy ang pagbuo ng puno, gamit ang humigit-kumulang 11 puff sa ikatlong layer, humigit-kumulang 6 na puff sa ikaapat na layer, mga 4 na puff sa ikalimang layer, at 1 puff sa itaas.

h) Ibuhos ang natitirang glaze sa ibabaw ng puno, pagnipis ng mainit na tubig kung kinakailangan.

i) Maluwag na takpan ang puno ng plastic wrap at palamigin nang hanggang 2 oras. Kung ninanais, lagyan ng alikabok ang asukal ng mga confectioner bago ihain.

19. Creme De Menthe No-Bake Cookie Balls

MGA INGREDIENTS:
- 12 ounces vanilla wafer crumbs
- 3/4 tasa ng pinong tinadtad na pecan
- 1 tasang may pulbos na asukal
- 2 kutsarang light corn syrup
- 1/3 - 1/2 tasa berdeng creme de menthe
- Karagdagang asukal sa pulbos

MGA TAGUBILIN:

a) Pagsamahin ang mga mumo ng vanilla wafer, tinadtad na pecan, 1 tasa ng pulbos na asukal, corn syrup, at creme de menthe, ihalo upang makagawa ng matigas na masa.

b) I-roll ang timpla sa 1" na bola, pagkatapos ay i-roll ang bawat bola sa karagdagang powdered sugar para mabalutan.

20. Andes Creme de Menthe Cream Cheese Cookies

MGA INGREDIENTS:
- ½ tasa ng malambot na cream cheese
- ½ tasang malambot na mantikilya
- 1 tasang asukal
- 1 itlog
- ¼ kutsarita ng asin
- ¼ kutsarita ng baking powder
- 1 tasang harina
- 1 pakete Andes creme de menthe baking chips

MGA TAGUBILIN:

a) Painitin ang oven sa 350 degrees. Lagyan ng parchment paper ang isang cookie sheet o i-spray ito ng cooking spray.

b) Sa isang malaking mangkok, talunin ang cream cheese at butter nang magkasama. Dahan-dahang talunin ang asukal sa katamtamang bilis hanggang sa magaan at malambot. Talunin ang itlog at asin.

c) Pagsamahin ang baking powder at harina sa isang maliit na mangkok, pagkatapos ay idagdag sa pinaghalong cream cheese. Haluin ang ½ ng bag ng Andes creme de menthe baking chips. Hayaang palamigin ang kuwarta sa refrigerator sa loob ng 30-60 minuto.

d) Ihulog ang mga bilugan na kutsara ng kuwarta sa baking sheet, na may pagitan ng 2 pulgada. Tandaan na ang cookies ay kumakalat nang kaunti sa panahon ng pagluluto.

e) Maghurno sa 350 degrees para sa 9-10 minuto, hanggang sa ang mga gilid sa ibaba ay bahagyang maging kayumanggi. Alisin ang cookies at hayaang lumamig.

f) Sa isang maliit na mangkok, i-microwave ang natitirang creme de menthe chips hanggang matunaw. Ibuhos ang tinunaw na tsokolate sa ibabaw ng cookies at hayaang lumamig.

21. Mint Chocolate Chip Dip

MGA INGREDIENTS:
- 1 tasa ng cream cheese, pinalambot
- ½ tasang may pulbos na asukal
- 2 kutsarang creme de menthe
- ½ tasa ng mini chocolate chips
- Mga sariwang dahon ng mint para sa dekorasyon (opsyonal)

MGA TAGUBILIN:
a) Sa isang mixing bowl, pagsamahin ang pinalambot na cream cheese at powdered sugar hanggang makinis.
b) Haluin ang creme de menthe hanggang sa maayos na pagsamahin.
c) I-fold ang mini chocolate chips.
d) Palamigin nang hindi bababa sa 30 minuto bago ihain.
e) Palamutihan ng sariwang dahon ng mint kung ninanais. Ihain kasama ng graham crackers o pretzel.

22. Minty Grilled Shrimp Skewers

MGA INGREDIENTS:
- 1 libra malaking hipon, binalatan at hiniwa
- ¼ tasa ng langis ng oliba
- 2 kutsarang creme de menthe
- 2 cloves ng bawang, tinadtad
- 1 kutsarita ng lemon zest
- Asin at paminta para lumasa
- Mga sariwang dahon ng mint para sa dekorasyon

MGA TAGUBILIN:
a) Sa isang mangkok, haluin ang langis ng oliba, creme de menthe, tinadtad na bawang, lemon zest, asin, at paminta.
b) Idagdag ang peeled at deveined shrimp sa marinade, siguraduhing nababalutan ng mabuti ang mga ito. Hayaang mag-marinate ng hindi bababa sa 15 minuto.
c) I-thread ang hipon sa mga skewer.
d) Painitin muna ang grill sa medium-high heat. Ihawin ang mga skewer ng hipon sa loob ng 2-3 minuto bawat gilid o hanggang sa maging malabo at maluto.
e) Palamutihan ng sariwang dahon ng mint bago ihain. Ihain na may kasamang dipping sauce na gawa sa creme de menthe at isang piga ng lemon kung gusto.

23. Minty Chocolate Truffles

MGA INGREDIENTS:
- 8 ounces maitim na tsokolate, pinong tinadtad
- ½ tasang mabigat na cream
- 2 kutsarang unsalted butter
- 2 kutsarang creme de menthe
- Cocoa powder para sa patong

MGA TAGUBILIN:
a) Ilagay ang pinong tinadtad na dark chocolate sa isang mangkok na hindi tinatablan ng init.
b) Sa isang maliit na kasirola, init ang mabigat na cream at mantikilya sa katamtamang apoy hanggang sa magsimula itong kumulo.
c) Ibuhos ang pinaghalong mainit na cream sa tinadtad na tsokolate at hayaan itong umupo ng isang minuto. Haluin hanggang makinis at maayos na pinagsama.
d) Haluin ang creme de menthe hanggang sa ganap na maisama.
e) Palamigin ang pinaghalong hindi bababa sa 2 oras o hanggang matibay.
f) Kumuha ng maliliit na bahagi ng pinaghalong at igulong ang mga ito sa mga bola na kasing laki ng truffle.
g) Igulong ang truffles sa cocoa powder para malagyan ng coat. Palamigin hanggang handa nang ihain.

24. Andes Crème De Menthe Cookies

MGA INGREDIENTS:
- 1/2 tasa ng mantikilya, pinalambot
- 3/4 tasa ng brown sugar
- 1/2 tasa ng granulated sugar
- 1 kutsarita ng baking soda
- 1 kutsarita ng baking powder
- 2 kutsarita ng vanilla extract
- 2 malalaking itlog
- 10-onsa na pakete ng Andes mint baking chips
- 2 2/3 tasang all-purpose na harina

MGA TAGUBILIN:
a) Painitin muna ang hurno sa 350°F Huwag gawin ito hanggang matapos ang kuwarta ay palamigin.
b) Haluin ang mantikilya, brown sugar, white granulated sugar, baking soda, baking powder, vanilla, at mga itlog hanggang sa maghalo ang mga sangkap.
c) Magdagdag ng Andes Baking Chips at ihalo.
d) Magdagdag ng Flour at ipagpatuloy ang paghahalo hanggang sa lahat ng sangkap ay maihalo nang mabuti.
e) Takpan at palamigin sa refrigerator sa loob ng 45-60 minuto.
f) Kutsara ang humigit-kumulang 1 onsa ng kuwarta bawat cookie.
g) Bumuo ng bola at saka bahagyang patagin.
h) Ilagay sa non-stick baking pan at maghurno ng humigit-kumulang 8-10 minuto.
i) Palamigin sa mga kawali sa loob ng 2 minuto, pagkatapos ay alisin.

25. Mga Creme de Menthe Bar

MGA INGREDIENTS:
- 1 ¼ tasa ng pinong dinurog na Oreo cookies (mga 14 na cookies)
- 2 kutsarang tinunaw na mantikilya
- 1 kutsarita na walang lasa ng gulaman
- 1 ¾ tasa malamig na 2% na gatas, hinati
- 20 malalaking marshmallow
- ¼ tasa berdeng creme de menthe syrup
- 3 ounces cream cheese, pinalambot
- 3.9-onsa na pakete ng instant chocolate pudding mix
- 1 tasang mabigat na whipping cream

MGA TAGUBILIN:
a) Sa isang maliit na mangkok, pagsamahin ang durog na cookies at tinunaw na mantikilya. Magtabi ng 3 kutsara para sa topping. Pindutin ang natitirang timpla sa ilalim ng 8-in na greased. parisukat na baking dish. Palamigin sa loob ng 30 minuto.

b) Sa isang malaking mangkok na ligtas sa microwave, iwiwisik ang gelatin sa ½ tasa ng malamig na gatas; hayaan itong tumayo ng 1 minuto. Microwave sa mataas na 30-40 segundo. Haluin hanggang ang gulaman ay ganap na matunaw. Magdagdag ng mga marshmallow; microwave sa loob ng 1-2 minuto o hanggang sa pumutok ang mga marshmallow.

c) Haluin hanggang makinis. Ihalo sa creme de menthe. Palamigin sa loob ng 15-20 minuto o hanggang sa lumamig ngunit hindi itakda, madalas na paghahalo.

d) Samantala, sa isang maliit na mangkok, unti-unting talunin ang cream cheese hanggang makinis. Sa isa pang mangkok, haluin ang pinaghalo ng puding at ang natitirang malamig na gatas (1 ¼ tasa). Dahan-dahang ihalo sa cream cheese.

e) Sa isang malaking mangkok, talunin ang mabibigat na cream hanggang sa mabuo ang malambot na mga taluktok; tiklupin sa pinaghalong marshmallow. Kutsara ang kalahati ng pinaghalong sa ibabaw ng inihandang crust; palamigin ng 10 minuto.

f) Layer na may pinaghalong puding at ang natitirang pinaghalong marshmallow; itaas kasama ang mga nakareserbang mumo.

g) Palamigin ng 2 oras o hanggang itakda.

26. Mint at Berry Salad

MGA INGREDIENTS:
- 2 tasang halo-halong berry
- ¼ tasa tinadtad na sariwang dahon ng mint
- 1 kutsarang pulot
- Creme de menthe
- ¼ tasang tinadtad na mani (tulad ng mga walnut o almond)

MGA TAGUBILIN:

a) Sa isang malaking mangkok, pagsamahin ang mga pinaghalong berry at tinadtad na dahon ng mint.
b) Sa isang maliit na mangkok, haluin ang honey at creme de menthe liqueur.
c) Ibuhos ang pinaghalong pulot sa ibabaw ng mga berry at mint at ihagis sa amerikana.
d) Hatiin ang salad sa mga mangkok at iwiwisik ang mga tinadtad na mani.
e) Ihain kaagad at magsaya!

27. Creme de Menthe Cheesecake Bites

MGA INGREDIENTS:
- 8 ounces cream cheese, pinalambot
- 1/4 tasa ng Creme de Menthe liqueur
- 1/2 tasa ng asukal sa pulbos
- 1/2 kutsarita vanilla extract
- 1 tasang chocolate cookie crumbs
- Chocolate shavings o cocoa powder para sa dekorasyon (opsyonal)

MGA TAGUBILIN:
a) Sa isang mixing bowl, talunin ang cream cheese hanggang makinis.
b) Dahan-dahang idagdag ang Creme de Menthe liqueur, powdered sugar, at vanilla extract, paghaluin hanggang sa maayos na pinagsama.
c) Paghaluin ang mga mumo ng chocolate cookie hanggang sa pantay na ibinahagi.
d) Pagulungin ang halo sa maliliit na bola at ilagay ang mga ito sa isang baking sheet na nilagyan ng parchment paper.
e) Palamigin ang mga kagat ng cheesecake nang hindi bababa sa 1 oras, o hanggang matigas.
f) Kung ninanais, palamutihan ng chocolate shavings o alikabok ng cocoa powder bago ihain.

28. Creme de Menthe Chocolate Strawberries

MGA INGREDIENTS:
- Mga sariwang strawberry
- 1/4 tasa ng Creme de Menthe liqueur
- 8 ounces semi-sweet chocolate, tinadtad
- Puting tsokolate para sa drizzling (opsyonal)

MGA TAGUBILIN:
a) Banlawan ang mga strawberry at patuyuin ang mga ito gamit ang mga tuwalya ng papel.
b) Sa isang maliit na kasirola, painitin ang Creme de Menthe liqueur sa mahinang apoy hanggang mainit ngunit hindi kumukulo.
c) Ilagay ang tinadtad na semi-sweet chocolate sa isang heatproof na mangkok at ibuhos ang mainit na Creme de Menthe sa ibabaw nito. Hayaang umupo ng isang minuto, pagkatapos ay haluin hanggang sa matunaw at makinis ang tsokolate.
d) Isawsaw ang bawat strawberry sa tinunaw na tsokolate, pinahiran ito sa kalahati. Ilagay ang mga dipped strawberry sa isang baking sheet na nilagyan ng parchment paper.
e) Kung ninanais, tunawin ang puting tsokolate at ibuhos ito sa ibabaw ng mga dipped strawberry para sa dekorasyon.
f) Palamigin ang mga strawberry na natatakpan ng tsokolate sa loob ng mga 30 minuto, o hanggang sa maitakda ang tsokolate.
g) Ihain bilang isang masarap at eleganteng meryenda o dessert.

29. Creme de Menthe Brownie Bites

MGA INGREDIENTS:
- 1 batch ng paborito mong brownie batter
- 1/4 tasa ng Creme de Menthe liqueur
- Chocolate ganache o tinunaw na tsokolate para isawsaw
- Dinurog na peppermint candies o sprinkles para sa dekorasyon (opsyonal)

MGA TAGUBILIN:
a) Painitin muna ang iyong oven ayon sa mga tagubilin sa recipe ng brownie at ihanda ang brownie batter.
b) Haluin ang Creme de Menthe liqueur hanggang sa maayos na maisama.
c) Ibuhos ang brownie batter sa isang mini muffin tin na nilagyan ng mga paper liner, pinupuno ang bawat isa ng halos 3/4 na puno.
d) Ihurno ang mga kagat ng brownie ayon sa mga tagubilin sa recipe, o hanggang sa lumabas ang isang toothpick na ipinasok sa gitna na may mga basa-basa na mumo.
e) Hayaang lumamig nang buo ang kagat ng brownie sa muffin tin.
f) Kapag lumamig, alisin ang mga kagat ng brownie mula sa muffin tin at isawsaw ang mga tuktok sa chocolate ganache o tinunaw na tsokolate.
g) Pagwiwisik ng dinurog na peppermint candies o sprinkles sa ibabaw, kung gusto, bago ang set ng tsokolate.
h) Hayaang matuyo ang tsokolate bago ihain.

30. Creme de Menthe Chocolate Bark

MGA INGREDIENTS:
- 12 ounces maitim na tsokolate, tinadtad
- 1/4 tasa ng Creme de Menthe liqueur
- 1/2 tasa tinadtad na mani (tulad ng mga almendras o pistachios)
- 1/4 tasa ng pinatuyong cranberry o seresa
- Sea salt para sa pagwiwisik (opsyonal)

MGA TAGUBILIN:
a) Iguhit ang isang baking sheet na may parchment paper.
b) Sa isang mangkok na hindi tinatablan ng init na nakalagay sa isang palayok ng kumukulong tubig (double boiler), tunawin ang maitim na tsokolate, haluin hanggang makinis.
c) Haluin ang Creme de Menthe liqueur hanggang sa maayos na pagsamahin.
d) Ibuhos ang natunaw na chocolate mixture sa inihandang baking sheet at ikalat ito nang pantay-pantay gamit ang spatula.
e) Iwiwisik ang mga tinadtad na mani at pinatuyong cranberry o seresa nang pantay-pantay sa ibabaw ng tsokolate.
f) Kung ninanais, budburan ang isang kurot ng sea salt sa ibabaw para sa matamis at maalat na kaibahan.
g) Ilagay ang baking sheet sa refrigerator sa loob ng humigit-kumulang 1 oras, o hanggang sa maitakda ang tsokolate.
h) Kapag naitakda na, hatiin ang balat ng tsokolate sa mga piraso at magsilbi bilang isang masarap at mapagbigay na meryenda o dessert.

31. Creme de Menthe Mint Chocolate Fudge

MGA INGREDIENTS:
- 2 tasang semi-sweet chocolate chips
- 1 (14-ounce) lata ng matamis na condensed milk
- 2 kutsarang mantikilya
- 1/4 tasa ng Creme de Menthe liqueur
- 1 kutsarita vanilla extract
- 1/2 tasa tinadtad na mani (opsyonal)

MGA TAGUBILIN:

a) Pahiran ng parchment paper ang isang 8x8-inch na baking dish, mag-iwan ng kaunting overhang sa mga gilid para madaling alisin sa ibang pagkakataon.

b) Sa isang kasirola, pagsamahin ang chocolate chips, sweetened condensed milk, at butter sa mahinang apoy. Haluin nang tuluy-tuloy hanggang matunaw at makinis.

c) Alisin ang kasirola mula sa init at pukawin ang Creme de Menthe liqueur at vanilla extract hanggang sa maayos na pinagsama.

d) Kung gumagamit ng mga mani, ihalo ang mga ito sa fudge mixture.

e) Ibuhos ang fudge mixture sa inihandang baking dish at ikalat ito nang pantay-pantay gamit ang isang spatula.

f) Palamigin ang fudge nang hindi bababa sa 2 oras, o hanggang matigas.

g) Kapag naitakda na, gamitin ang parchment paper upang iangat ang fudge mula sa pinggan. Gupitin ito sa mga parisukat at ihain.

32. Creme de Menthe Chocolate Covered Pretzels:

MGA INGREDIENTS:
- Pretzel rods o mini pretzel
- 1 tasang semi-sweet chocolate chips
- 1/4 tasa ng Creme de Menthe liqueur
- Dinurog na peppermint candies o sprinkles para sa dekorasyon (opsyonal)

MGA TAGUBILIN:
a) Lagyan ng wax paper ang isang baking sheet.
b) Sa isang mangkok na ligtas sa microwave, tunawin ang mga tsokolate chips sa loob ng 30 segundong pagitan, haluin sa pagitan ng bawat pagitan, hanggang sa makinis.
c) Haluin ang Creme de Menthe liqueur hanggang sa maayos na pagsamahin.
d) Isawsaw ang bawat pretzel rod o mini pretzel sa tinunaw na tsokolate, pinahiran ito sa kalahati. Alisin ang anumang labis na tsokolate.
e) Ilagay ang mga pretzel na natatakpan ng tsokolate sa inihandang baking sheet.
f) Kung ninanais, budburan ng dinurog na peppermint candies o sprinkles sa ibabaw ng tsokolate bago ito matuyo.
g) Palamigin ang mga pretzel sa loob ng mga 30 minuto, o hanggang sa maitakda ang tsokolate.
h) Kapag naitakda na, ihain ang Creme de Menthe chocolate covered pretzel bilang matamis at maalat na meryenda.

33. Creme de Menthe Mint Chocolate Popcorn

MGA INGREDIENTS:
- 8 tasang nag-pop ng popcorn (mga 1/3 tasa ng hindi na-pop na kernels)
- 1 tasang semi-sweet chocolate chips
- 1/4 tasa ng Creme de Menthe liqueur
- 1 kutsarang mantikilya
- 1/2 kutsarita ng mint extract
- Opsyonal: Dinurog na peppermint candies para sa dekorasyon

MGA TAGUBILIN:
a) Iguhit ang isang malaking baking sheet na may parchment paper.
b) Ilagay ang popcorn sa isang malaking mixing bowl, alisin ang anumang unpopped kernels.
c) Sa isang mangkok na ligtas sa microwave, tunawin ang mga chocolate chip at mantikilya sa loob ng 30 segundong pagitan, haluin sa pagitan ng bawat pagitan, hanggang sa makinis.
d) Haluin ang Creme de Menthe liqueur at mint extract hanggang sa maayos na pagsamahin.
e) Ibuhos ang pinaghalong tsokolate sa popcorn at ihagis nang dahan-dahan upang pantay-pantay.
f) Ikalat ang chocolate-coated popcorn sa pantay na layer sa inihandang baking sheet.
g) Kung ninanais, budburan ng dinurog na peppermint candies ang popcorn para sa dagdag na lasa at palamuti.
h) Hayaang umupo ang popcorn sa temperatura ng silid hanggang sa maitakda ang tsokolate.
i) Kapag naitakda na, hatiin ang popcorn sa mga kumpol at magsilbi bilang isang masarap at maligaya na meryenda.

34. Creme de Menthe Rice Krispie Treats

MGA INGREDIENTS:
- 6 tasang Rice Krispies cereal
- 1 (10 onsa) na pakete ng marshmallow
- 3 kutsarang unsalted butter
- 1/4 tasa ng Creme de Menthe liqueur
- Pangkulay ng berdeng pagkain (opsyonal)
- Chocolate chips para sa drizzling (opsyonal)

MGA TAGUBILIN:
a) Sa isang malaking kasirola, matunaw ang mantikilya sa mahinang apoy.
b) Idagdag ang mga marshmallow sa tinunaw na mantikilya at haluin hanggang sa ganap na matunaw at makinis.
c) Haluin ang Creme de Menthe liqueur at green food coloring, kung gagamitin, hanggang sa maayos na pagsamahin.
d) Alisin ang kasirola mula sa apoy at mabilis na tiklupin ang Rice Krispies cereal hanggang sa pantay na pinahiran.
e) Pindutin ang timpla sa isang greased na 9x13-inch baking dish, gamit ang isang spatula o wax paper upang pakinisin ang tuktok.
f) Kung gusto, tunawin ang mga chocolate chips sa microwave at ibuhos sa ibabaw ng Rice Krispie treat.
g) Hayaang lumamig ang mga pagkain at itakda sa temperatura ng kuwarto nang humigit-kumulang 30 minuto bago hiwain sa mga parisukat.
h) Ihain at tangkilikin ang iyong masarap na Creme de Menthe Rice Krispie treats!

PANGUNAHING PAGKAIN

35. Minted Quinoa Salad

MGA INGREDIENTS:
- 1 tasa ng quinoa, banlawan at pinatuyo
- 2 tasang tubig
- ½ tasa tinadtad na sariwang dahon ng mint
- ¼ tasa tinadtad na sariwang perehil
- ¼ tasa tinadtad na pulang sibuyas
- ¼ tasa tinadtad na pipino
- 2 kutsarang langis ng oliba
- 2 kutsarang creme de menthe liqueur
- Asin at paminta para lumasa

MGA TAGUBILIN:
a) Sa isang palayok, pakuluan ang tubig.
b) Haluin ang quinoa, pagkatapos ay bawasan ang apoy at kumulo sa loob ng 15-20 minuto, o hanggang malambot ang quinoa at masipsip ang tubig.
c) Alisin ang palayok mula sa apoy at hayaang lumamig ang quinoa sa loob ng 5-10 minuto.
d) Sa isang malaking mangkok, pagsamahin ang nilutong quinoa, tinadtad na dahon ng mint, tinadtad na perehil, tinadtad na pulang sibuyas, at tinadtad na pipino.
e) Sa isang hiwalay na mangkok, haluin ang langis ng oliba, creme de menthe liqueur, asin, at paminta hanggang sa maayos na pinagsama.
f) Ibuhos ang dressing sa quinoa salad at ihagis sa coat.
g) Ihain ang minted quinoa salad sa temperatura ng kuwarto o pinalamig.

36. Creme de Menthe Glazed Salmon

MGA INGREDIENTS:
- 4 na fillet ng salmon
- Asin at paminta para lumasa
- 1/4 tasa ng Creme de Menthe liqueur
- 2 kutsarang pulot
- 2 kutsarang toyo
- 1 kutsarang Dijon mustard
- 2 cloves ng bawang, tinadtad
- 1 kutsarita gadgad na luya
- 1 kutsarang langis ng oliba
- Tinadtad na sariwang perehil para sa dekorasyon

MGA TAGUBILIN:
a) Timplahan ng asin at paminta ang mga fillet ng salmon sa magkabilang panig.
b) Sa isang maliit na mangkok, haluin ang Creme de Menthe liqueur, honey, toyo, Dijon mustard, tinadtad na bawang, at gadgad na luya upang gawing glaze.
c) Init ang langis ng oliba sa isang kawali sa medium-high heat. Idagdag ang salmon fillet, balat pababa, at lutuin ng 3-4 minuto.
d) I-flip ang salmon fillet at ibuhos ang Creme de Menthe glaze sa kanila.
e) Magluto ng isa pang 3-4 minuto, o hanggang sa maluto ang salmon at bahagyang lumapot ang glaze.
f) Ihain ang salmon na mainit, pinalamutian ng tinadtad na sariwang perehil.

37. Creme de Menthe Mushroom Risotto

MGA INGREDIENTS:
- 1 tasang Arborio rice
- 4 tasang sabaw ng gulay o manok
- 1/4 tasa ng Creme de Menthe liqueur
- 2 kutsarang langis ng oliba
- 1 sibuyas, pinong tinadtad
- 2 cloves ng bawang, tinadtad
- 8 ounces mushroom, hiniwa
- 1/4 tasa ng gadgad na Parmesan cheese
- Asin at paminta para lumasa
- Tinadtad na sariwang perehil para sa dekorasyon

MGA TAGUBILIN:
a) Sa isang kasirola, initin ang sabaw ng gulay o manok sa katamtamang apoy hanggang sa kumulo. Bawasan ang init sa mababang at panatilihing mainit-init.
b) Sa isang hiwalay na malaking kawali o kasirola, init ang langis ng oliba sa katamtamang init. Idagdag ang tinadtad na sibuyas at lutuin hanggang lumambot, mga 5 minuto.
c) Idagdag ang tinadtad na bawang at hiniwang mushroom sa kawali at lutuin hanggang ang mga mushroom ay maging ginintuang kayumanggi at malambot, mga 5-7 minuto.
d) Haluin ang kanin ng Arborio at lutuin ng 1-2 minuto, patuloy na pagpapakilos, hanggang sa bahagyang maluto ang bigas.
e) Ibuhos ang liqueur ng Creme de Menthe at lutuin hanggang masipsip ang likido, patuloy na pagpapakilos.
f) Simulan ang pagdaragdag ng mainit na sabaw sa pinaghalong bigas, isang sandok sa isang pagkakataon, patuloy na pagpapakilos at hayaan ang bawat pagdaragdag ng sabaw na masipsip bago magdagdag ng higit pa. Ipagpatuloy ang prosesong ito hanggang sa maging creamy at malambot ang bigas, mga 20-25 minuto.
g) Haluin ang gadgad na Parmesan cheese at timplahan ng asin at paminta ayon sa panlasa.
h) Ihain ang mushroom risotto na mainit, pinalamutian ng tinadtad na sariwang perehil.

38. Creme de Menthe Chicken Alfredo

MGA INGREDIENTS:
- 8 ounces fettuccine o ang iyong paboritong pasta
- 2 walang buto, walang balat na dibdib ng manok, gupitin sa kagat-laki ng mga piraso
- Asin at paminta para lumasa
- 2 kutsarang langis ng oliba
- 2 cloves ng bawang, tinadtad
- 1 tasang mabigat na cream
- 1/4 tasa ng Creme de Menthe liqueur
- 1/2 tasa gadgad na Parmesan cheese
- Tinadtad na sariwang perehil para sa dekorasyon

MGA TAGUBILIN:
a) Lutuin ang fettuccine ayon sa mga tagubilin sa pakete hanggang sa al dente. Patuyuin at itabi.
b) Timplahan ng asin at paminta ang mga piraso ng dibdib ng manok.
c) Init ang langis ng oliba sa isang malaking kawali sa katamtamang init. Idagdag ang mga tinimplahan na piraso ng manok at lutuin hanggang sa ginintuang kayumanggi at maluto, mga 6-8 minuto.
d) Idagdag ang tinadtad na bawang sa kawali at lutuin ng karagdagang minuto, hanggang sa mabango.
e) Ibuhos ang mabigat na cream at Creme de Menthe liqueur, pagpapakilos upang pagsamahin. Dalhin ang timpla sa isang kumulo.
f) Bawasan ang apoy sa mahina at haluin ang gadgad na Parmesan cheese hanggang matunaw at bahagyang lumapot ang sarsa.
g) Idagdag ang nilutong fettuccine sa kawali at ihagis hanggang mapantayan ng sarsa.
h) Ihain ang manok na Creme de Menthe na si Alfredo na mainit, pinalamutian ng tinadtad na sariwang perehil.

39. Creme de Menthe Glazed Pork Tenderloin

MGA INGREDIENTS:
- 2 pork tenderloin
- Asin at paminta para lumasa
- 1/4 tasa ng Creme de Menthe liqueur
- 2 kutsarang pulot
- 2 kutsarang Dijon mustard
- 2 cloves ng bawang, tinadtad
- 1 kutsarang langis ng oliba

MGA TAGUBILIN:
a) Painitin muna ang iyong oven sa 375°F (190°C).
b) Timplahan ng asin at paminta ang pork tenderloins sa lahat ng panig.
c) Sa isang maliit na mangkok, haluin ang Creme de Menthe liqueur, honey, Dijon mustard, at tinadtad na bawang upang gawing glaze.
d) Init ang langis ng oliba sa isang oven-safe na kawali sa medium-high heat. Idagdag ang pork tenderloins at igisa sa lahat ng panig hanggang sa ginintuang kayumanggi, mga 2-3 minuto bawat panig.
e) Ipahid ang Creme de Menthe glaze sa ibabaw ng pork tenderloin, inilalaan ang ilan para sa basting.
f) Ilipat ang kawali sa preheated oven at igisa sa loob ng 20-25 minuto, o hanggang ang panloob na temperatura ng baboy ay umabot sa 145°F (63°C), i-basting gamit ang glaze sa kalahati.
g) Alisin ang pork tenderloins sa oven at hayaang magpahinga ng 5 minuto bago hiwain.
h) Ihain ang makintab na hiwa ng pork tenderloin na mainit, binuhusan ng anumang natitirang glaze.

40. Creme de Menthe Shrimp Linguine

MGA INGREDIENTS:
- 8 ounces linguine pasta
- 1 libra malaking hipon, binalatan at hiniwa
- Asin at paminta para lumasa
- 2 kutsarang langis ng oliba
- 2 cloves ng bawang, tinadtad
- 1/4 tasa ng Creme de Menthe liqueur
- 1/2 tasa ng mabigat na cream
- 1/4 tasa ng gadgad na Parmesan cheese
- Tinadtad na sariwang perehil para sa dekorasyon

MGA TAGUBILIN:
a) Lutuin ang linguine pasta ayon sa mga tagubilin sa pakete hanggang sa al dente. Patuyuin at itabi.
b) Timplahan ng asin at paminta ang hipon.
c) Init ang langis ng oliba sa isang malaking kawali sa katamtamang init. Idagdag ang tinadtad na bawang at lutuin hanggang mabango, mga 1 minuto.
d) Idagdag ang tinimplahan na hipon sa kawali at lutuin hanggang kulay rosas at malabo, mga 2-3 minuto bawat panig. Alisin ang hipon sa kawali at itabi.
e) I-deglaze ang kawali gamit ang Creme de Menthe liqueur, i-scrap ang anumang browned bits mula sa ibaba.
f) Pukawin ang mabigat na cream at dalhin ang timpla sa isang kumulo. Lutuin hanggang bahagyang lumapot, mga 2-3 minuto.
g) Ibalik ang nilutong hipon sa kawali, kasama ang nilutong linguine pasta. Ihagis hanggang sa mabalot ng mabuti ang lahat sa sarsa.
h) Haluin ang gadgad na Parmesan cheese hanggang matunaw at mag-atas ang sarsa.
i) Ihain ang Creme de Menthe shrimp linguine na mainit, pinalamutian ng tinadtad na sariwang perehil.

41. Creme de Menthe Beef Stir-Fry

MGA INGREDIENTS:
- 1 pound beef sirloin, hiniwa nang manipis
- 2 kutsarang toyo
- 1 kutsarang gawgaw
- 2 kutsarang langis ng gulay
- 2 cloves ng bawang, tinadtad
- 1 sibuyas, hiniwa
- 1 kampanilya paminta, hiniwa
- 1 tasa ng mga gisantes ng niyebe
- 1/4 tasa ng Creme de Menthe liqueur
- Lutong kanin para ihain

MGA TAGUBILIN:
a) Sa isang mangkok, pagsamahin ang manipis na hiniwang beef sirloin sa toyo at cornstarch. Ihagis hanggang sa maging pantay ang karne ng baka at itabi para mag-marinate ng 10-15 minuto.

b) Init ang langis ng gulay sa isang malaking kawali o kawali sa mataas na init. Idagdag ang tinadtad na bawang at lutuin ng 30 segundo.

c) Idagdag ang inatsara na mga hiwa ng karne ng baka sa kawali sa isang solong layer at lutuin hanggang kayumanggi, mga 2-3 minuto bawat panig. Alisin ang karne ng baka mula sa kawali at itabi.

d) Sa parehong kawali, idagdag ang hiniwang sibuyas, bell pepper, at snow peas. Igisa sa loob ng 2-3 minuto, o hanggang sa malutong na malambot ang mga gulay.

e) Ibalik ang nilutong baka sa kawali at ibuhos ang Creme de Menthe liqueur. Magprito para sa karagdagang 1-2 minuto upang mapainit ang lahat at hayaang maghalo ang mga lasa.

f) Ihain ang Creme de Menthe beef stir-fry hot over cooked rice.

42. Creme de Menthe Pasta ng Gulay

MGA INGREDIENTS:
- 8 ounces pasta na iyong pinili
- 2 kutsarang langis ng oliba
- 2 cloves ng bawang, tinadtad
- 1 sibuyas, diced
- 2 tasa ng sari-saring gulay (tulad ng bell peppers, zucchini, at cherry tomatoes), tinadtad
- Asin at paminta para lumasa
- 1/4 tasa ng Creme de Menthe liqueur
- 1/2 tasa ng mabigat na cream
- 1/4 tasa ng gadgad na Parmesan cheese
- Tinadtad na sariwang basil para sa dekorasyon

MGA TAGUBILIN:

a) Lutuin ang pasta ayon sa mga tagubilin sa pakete hanggang sa al dente. Patuyuin at itabi.

b) Init ang langis ng oliba sa isang malaking kawali sa katamtamang init. Idagdag ang tinadtad na bawang at tinadtad na sibuyas, at lutuin hanggang lumambot, mga 5 minuto.

c) Idagdag ang sari-saring tinadtad na gulay sa kawali at lutuin hanggang malambot, mga 5-7 minuto. Timplahan ng asin at paminta ayon sa panlasa.

d) I-deglaze ang kawali gamit ang Creme de Menthe liqueur, i-scrap ang anumang browned bits mula sa ibaba.

e) Pukawin ang mabigat na cream at dalhin ang timpla sa isang kumulo. Lutuin hanggang bahagyang lumapot, mga 2-3 minuto.

f) Idagdag ang nilutong pasta sa kawali at ihalo hanggang sa mabalot ng mabuti sa sarsa.

g) Haluin ang gadgad na Parmesan cheese hanggang matunaw at mag-atas ang sarsa.

h) Ihain ang Creme de Menthe vegetable pasta na mainit, pinalamutian ng tinadtad na sariwang basil.

DESSERT AND MATAMIS

43. Grasshopper Brownies Supreme

MGA INGREDIENTS:
- 1 tasang unsalted butter
- 2 tasang granulated sugar
- 4 malalaking itlog
- 1 kutsarita vanilla extract
- 1 tasang all-purpose na harina
- ½ tasa ng unsweetened cocoa powder
- ¼ kutsarita ng asin
- 1 tasang chocolate chips
- ½ tasa tinadtad na mga walnuts (opsyonal)
- ½ tasa berdeng crème de menthe liqueur
- 2 tasang powdered sugar
- ½ tasang unsalted butter, pinalambot
- 2 kutsarang gatas
- Pangkulay ng berdeng pagkain (opsyonal)
- Chocolate ganache (opsyonal, para sa topping)

MGA TAGUBILIN:

a) Painitin muna ang oven sa 350°F at lagyan ng grasa ang isang 9x13-inch na baking dish.
b) Sa isang mangkok na ligtas sa microwave, tunawin ang mantikilya. Idagdag ang granulated sugar at haluing mabuti.
c) Idagdag ang mga itlog at vanilla extract sa pinaghalong mantikilya, at pukawin hanggang sa pinagsama.
d) Sa isang hiwalay na mangkok, haluin ang harina, cocoa powder, at asin.
e) Dahan-dahang idagdag ang mga tuyong sangkap sa mga basang sangkap, paghahalo hanggang sa pagsamahin lamang.
f) Haluin ang chocolate chips at walnuts (kung ginagamit).
g) Ibuhos ang batter sa inihandang baking dish at ikalat ito nang pantay-pantay.
h) Maghurno ng 25-30 minuto, o hanggang lumabas ang isang toothpick na ipinasok sa gitna na may kasamang ilang basa-basa na mumo.
i) Habang mainit pa ang brownies, butasin ang buong ibabaw gamit ang isang tinidor.
j) Ibuhos ang crème de menthe liqueur sa mainit-init na brownies, hayaan itong magbabad.
k) Sa isang mixing bowl, pagsamahin ang powdered sugar, softened butter, gatas, at green food coloring (kung gusto). Talunin hanggang makinis at mag-atas.
l) Ikalat ang berdeng frosting sa pinalamig na brownies.
m) Opsyonal, ibuhos ang chocolate ganache sa itaas para sa dagdag na hawakan.
n) Hayaang matuyo ang brownies bago hiwain ng mga parisukat.

44. Fresh Garden Mint Ice Cream

MGA INGREDIENTS:
- 1½ tasa ng Asukal
- 1½ tasa ng Tubig
- 1 tasa sariwang pinya; dinurog ng pino
- 2 tasang dahon ng Mint; durugin ng pino
- 1 tasa Banayad na mais syrup
- 1 tasang walang tamis na pineapple juice
- 2 tasang Gatas
- 2 tasang Whipping cream
- ¼ tasa ng Creme de menthe

MGA TAGUBILIN:
a) Pagsamahin ang asukal at tubig; lutuin at haluin hanggang kumulo ang timpla. Magluto sa yugto ng softball (235~).
b) Magdagdag ng mga dahon ng mint; magluto ng mga 10 minuto pa. Alisan sa init; pilitin.
c) Magdagdag ng mais syrup; Hayaang lumamig.
d) Magdagdag ng natitirang mga sangkap; i-freeze sa isang naka-kamay o electric ice cream freezer. Hayaang mahinog.

45. Chocolate Mint Espresso Pie

MGA INGREDIENTS:
- 2 tasang vegan chocolate cookies o mint-flavored chocolate sandwich cookies
- 1 (12-ounce) na pakete ng vegan semisweet chocolate chips
- 1 (12.3-onsa) na pakete ng firm silken tofu, pinatuyo at gumuho
- 2 kutsarang purong maple syrup o agave nectar
- 2 kutsarang plain o vanilla soy milk
- 2 kutsarang crème de menthe
- 2 kutsarita ng instant espresso powder

MGA TAGUBILIN:
a) Painitin muna ang oven sa 350°F. Bahagyang langisan ang isang 8-inch na pie plate at itabi.
b) Kung gumagamit ng mga sandwich cookies, maingat na paghiwalayin ang mga ito, ireserba ang cream filling sa isang hiwalay na mangkok. Pinong giling ang cookies sa isang food processor. Idagdag ang vegan margarine at pulso hanggang sa maayos na maisama.
c) Pindutin ang pinaghalong mumo sa ilalim ng inihandang kawali. Maghurno ng 5 minuto. Kung gumagamit ng sandwich cookies, habang mainit pa ang crust, ikalat ang nakareserbang cream filling sa ibabaw ng crust. Itabi upang palamig, sa loob ng 5 minuto.
d) Matunaw ang chocolate chips sa isang double boiler o microwave. Itabi.
e) Sa isang blender o food processor, pagsamahin ang tofu, maple syrup, soy milk, crème de menthe, at espresso powder. Iproseso hanggang makinis
f) Haluin ang tinunaw na tsokolate sa pinaghalong tofu hanggang sa ganap na maisama. Ikalat ang pagpuno sa inihandang crust. Palamigin nang hindi bababa sa 3 oras upang itakda bago ihain.

46. Creme De Menthe Parfait

MGA INGREDIENTS:
- 3 tasa ng mga maliliit na marshmallow
- ½ tasang Gatas
- 2 kutsarang Green creme de menthe
- 1 tasang Semi-Sweet Chocolate Chips
- ¼ tasa na may pulbos na asukal
- 1½ tasang Whipping cream
- Candy mint dahon O- sariwang mint

MGA TAGUBILIN:
a) Sa isang katamtamang kasirola, pagsamahin ang mga marshmallow at gatas. Magluto sa mahinang apoy, patuloy na pagpapakilos hanggang sa matunaw ang mga marshmallow at maging makinis ang timpla.
b) Sa isang maliit na mangkok, ibuhos ang 1 tasa ng pinaghalong marshmallow. Haluin ang creme de menthe, at itabi.
c) Magdagdag ng chocolate chips at powdered sugar sa marshmallow mixture na natitira sa saucepan. Ibalik ang kasirola sa mahinang apoy, at patuloy na haluin hanggang sa matunaw ang mga chips. Alisin mula sa init, at palamig sa temperatura ng kuwarto.
d) Sa isang malaking mangkok, talunin ang whipping cream hanggang sa matigas, at tiklupin ang 1-½ tasa sa mint mixture. Tiklupin ang natitirang whipped cream sa pinaghalong tsokolate.
e) Salit-salit na kutsara ang tsokolate at mint mixtures sa parfait glasses.
f) Palamigin hanggang lumamig o ilagay sa freezer hanggang matigas. Palamutihan ayon sa ninanais.

47. Creme de Menthe Cookie Cake

MGA INGREDIENTS:
- 250g pakete ng Oreo biskwit
- 30g tinunaw na unsalted butter
- 40ml (2 kutsara) creme de menthe
- Ilang patak ng green food coloring
- 1L vanilla ice cream
- 30g dark chocolate, natunaw

MGA TAGUBILIN:
a) Painitin muna ang oven sa 180°C.
b) Ilagay ang mga biskwit sa isang food processor at iproseso hanggang sa pinong mumo.
c) Idagdag ang tinunaw na mantikilya at ihalo.
d) Maglagay ng anim na 10 x 4cm na bilog na hulma sa isang flat baking sheet.
e) I-pack ang mga mumo ng biskwit sa base ng bawat amag, hayaan ang ilang timpla na dumaloy sa kalahati ng mga gilid.
f) Maghurno sa oven sa loob ng limang minuto, pagkatapos ay ganap na palamig.
g) Idagdag ang creme de menthe at pangkulay ng pagkain sa pinaghalong vanilla ice cream sa huling paghahalo o bago matapos ang pag-churn sa isang ice cream machine.
h) Kung gagamit ng ice cream na binili sa tindahan, palambutin ito sa refrigerator sa loob ng 15 minuto, pagkatapos ay talunin sa creme de menthe at food coloring.
i) Punan ang mga hulma ng creme de menthe-infused ice cream at pakinisin ang mga tuktok.
j) I-freeze hanggang matibay.
k) Hugasan at tuyo ang mga dahon ng maigi.
l) I-brush ang ilalim ng mga dahon ng tinunaw na tsokolate.
m) Palamigin hanggang sa matigas ang tsokolate.
n) Balatan ang dahon at itapon.
o) Upang ihain, maingat na itulak ang mga ice cream cake mula sa mga hulma papunta sa mga serving plate.
p) Palamutihan sila ng mga dahon ng tsokolate.

48. Creme de Menthe Chocolate Mousse

MGA INGREDIENTS:
- 6 ounces maitim na tsokolate, tinadtad
- ¾ tasa ng gatas
- 3 kutsarang creme de menthe
- 1 kutsarita vanilla extract
- 2 tasang mabigat na cream
- ¼ tasa ng pulbos na asukal

MGA TAGUBILIN:
a) Sa isang mangkok na hindi tinatablan ng init, tunawin ang maitim na tsokolate na may gatas sa isang double boiler. Haluin hanggang makinis.
b) Alisin sa init at ihalo sa creme de menthe at vanilla extract. Hayaang lumamig sa temperatura ng silid.
c) Sa isang hiwalay na mangkok, hagupitin ang mabibigat na cream at powdered sugar hanggang sa mabuo ang stiff peak.
d) Dahan-dahang tiklupin ang whipped cream sa pinaghalong tsokolate hanggang sa maayos na pinagsama.
e) Ilagay ang mousse sa mga serving glass at palamigin nang hindi bababa sa 2 oras.
f) Palamutihan ng isang sprinkle ng cocoa powder o chocolate shavings bago ihain.

49. Creme de Menthe Ice Cream Float

MGA INGREDIENTS:
- 2 scoop na vanilla ice cream
- 1-2 kutsarang creme de menthe
- 1 tasa club soda o sparkling na tubig
- Whipped cream para sa topping
- Chocolate shavings para sa dekorasyon

MGA TAGUBILIN:
a) Maglagay ng dalawang scoop ng vanilla ice cream sa isang mataas na baso.
b) Ibuhos ang creme de menthe sa ice cream.
c) Dahan-dahang ibuhos ang club soda o sparkling na tubig sa baso, na nagpapahintulot sa foam na tumira.
d) Itaas na may whipped cream at palamutihan ng chocolate shavings.
e) Ihain kaagad gamit ang isang straw at isang mahabang kutsara para sa isang nakakapreskong creme de menthe ice cream float.

50. Creme de Menthe Chocolate Cheesecake

MGA INGREDIENTS:
PARA SA CRUST:
- 1 ½ tasang chocolate cookie crumbs
- ¼ tasa unsalted butter, natunaw

PARA SA CHEESECAKE FILLING:
- 24 ounces cream cheese, pinalambot
- 1 tasa ng butil na asukal
- 3 malalaking itlog
- 1 kutsarita vanilla extract
- ¼ tasa creme de menthe
- ½ tasang chocolate chips

MGA TAGUBILIN:

a) Painitin muna ang oven sa 325°F (163°C). Paghaluin ang mga mumo ng chocolate cookie na may tinunaw na mantikilya at pindutin sa ilalim ng isang springform pan upang lumikha ng crust.

b) Sa isang malaking mangkok, talunin ang cream cheese at asukal hanggang sa makinis. Magdagdag ng mga itlog nang paisa-isa, matalo nang mabuti pagkatapos ng bawat karagdagan.

c) Haluin ang vanilla extract at creme de menthe hanggang sa ganap na pagsamahin.

d) I-fold sa chocolate chips at ibuhos ang pinaghalong ibabaw ng crust.

e) Maghurno ng 50-60 minuto o hanggang sa maitakda ang gitna. Hayaang lumamig bago palamigin nang hindi bababa sa 4 na oras o magdamag.

51. Creme de Menthe Chocolate Fondue

MGA INGREDIENTS:
- 8 ounces maitim na tsokolate, pinong tinadtad
- ½ tasang mabigat na cream
- 2 kutsarang creme de menthe
- Sari-saring dippable (strawberries, saging, marshmallow, pretzels)

MGA TAGUBILIN:
a) Sa isang fondue pot o isang heatproof na mangkok, pagsamahin ang dark chocolate at heavy cream.
b) Init sa mahinang apoy, patuloy na pagpapakilos hanggang sa matunaw at makinis ang tsokolate.
c) Haluin ang creme de menthe hanggang sa maayos na pagsamahin.
d) Panatilihing mainit ang fondue sa mahinang apoy.
e) Ayusin ang iba't ibang dippable sa isang serving platter at isawsaw ang mga ito sa creme de menthe chocolate fondue. Enjoy!

52. Lime Pie na may Creme de Menthe

MGA INGREDIENTS:
PARA SA CRUST:
- 1 ½ tasa ng graham cracker crumbs
- ⅓ tasa ng tinunaw na mantikilya
- ¼ tasa ng butil na asukal

PARA SA PAGPUPUNO:
- 1 lata (14 ounces) matamis na condensed milk
- 4 malalaking pula ng itlog
- ½ tasang sariwang katas ng dayap
- Sarap ng 2 kalamansi

PARA SA CREME DE MENTHE WHIPPED CREAM:
- 1 tasang mabigat na cream
- 2 kutsarang asukal sa pulbos
- 1 kutsarang Creme de Menthe liqueur

MGA TAGUBILIN:

a) Painitin muna ang iyong oven sa 350°F (175°C).
b) Sa isang mangkok, pagsamahin ang graham cracker crumbs, tinunaw na mantikilya, at granulated sugar. Pindutin ang timpla sa ilalim ng isang 9-inch na pie dish upang bumuo ng pantay na crust. Maghurno sa preheated oven sa loob ng 8-10 minuto o hanggang sa maging golden brown. Hayaang lumamig habang inihahanda ang pagpuno.
c) Sa isang malaking mixing bowl, haluin ang pinatamis na condensed milk, egg yolks, lime juice, at lime zest hanggang sa maayos na pagsamahin. Ibuhos ang halo sa cooled crust.
d) Ihurno ang pie sa preheated oven sa loob ng 15-20 minuto o hanggang sa maitakda ang pagpuno. Dapat itong magkaroon ng bahagyang jiggle sa gitna. Alisin mula sa oven at hayaan itong lumamig sa temperatura ng kuwarto. Palamigin nang hindi bababa sa 4 na oras o magdamag upang ganap na matuyo ang pie.
e) Sa isang pinalamig na mangkok ng paghahalo, hagupitin ang mabigat na cream hanggang sa mabuo ang malambot na mga taluktok. Idagdag ang powdered sugar at Creme de Menthe liqueur, pagkatapos ay ipagpatuloy ang paghagupit hanggang sa mabuo ang stiff peak.
f) Ikalat ang Creme de Menthe whipped cream sa pinalamig na lime pie bago ihain. Palamutihan ng karagdagang lime zest kung ninanais.
g) Hiwain at ihain itong nakakapreskong Lime Pie na may Creme de Menthe, na ninanamnam ang perpektong balanse ng tangy lime at cool na mint sa bawat kagat. Ito ay isang kasiya-siyang treat para sa anumang okasyon!

53. Brownie souffle na may mint cream

MGA INGREDIENTS:
- ⅔ tasa ng Whipping Cream
- 3 onsa puting tsokolate; pinong tinadtad
- ¼ kutsarita creme de menthe liqueur
- 1 pack Pillsbury Rich & Moist Brownie Mix
- ½ tasang Tubig
- ½ tasang Langis
- ½ kutsarita Mint Extract (Opsyonal)
- 4 na Itlog; hiwalay
- Powdered Sugar
- Mint Sprigs; para sa palamuti

MGA TAGUBILIN:

a) Mag-spray ng 9 o 10-inch springform pan na may nonstick cooking spray.

b) Microwave cream sa mataas sa loob ng 45-60 segundo o hanggang mainit. Magdagdag ng puting tsokolate at mint extract; haluin hanggang matunaw ang tsokolate.

c) Palamigin nang hindi bababa sa isang oras o hanggang sa lumamig na mabuti.

d) Samantala, sa lge. mangkok, pagsamahin ang brownie mix, tubig, mantika, mint extract, at egg yolks; talunin ang 50 stroke gamit ang isang kutsara. Sa isang maliit na mangkok, talunin ang mga puti ng itlog hanggang sa mabuo ang mga soft peak. Unti-unting itupi sa pinaghalong brownie. Ibuhos ang batter sa sprayed pan.

e) Maghurno sa 375° o hanggang sa halos maitakda ang gitna. Palamig sa loob ng 30 minuto. (Bahagyang lulubog ang gitna.) Budburan ng powdered sugar ang tuktok ng cake.

f) Bago ihain, talunin ang pinalamig na mint cream hanggang sa mabuo ang malambot na mga taluktok. Gupitin ang cake sa mga wedges; itaas ang bawat wedge na may mint cream. Palamutihan ng mint spring.

54. Oreo Mint Ice Cream

MGA INGREDIENTS:
- ⅔ cup Oreo Cookies, Coarse Choped
- 2 itlog
- ¾ tasa ng Asukal
- 2 tasang Heavy O Whipping Cream
- 1 tasang Gatas
- 2 kutsarita creme de menthe liqueur

MGA TAGUBILIN:
a) Ilagay ang cookies sa isang mangkok, takpan ang mga ito, at palamigin ang mga ito.
b) Talunin ang mga itlog sa isang mangkok ng paghahalo hanggang sa magaan at malambot, 1 hanggang 2 minuto.
c) Ihalo ang asukal, paunti-unti, at ipagpatuloy ang paghahalo hanggang sa ganap na maghalo, mga 1 minuto pa.
d) Ibuhos sa cream at gatas, whisking upang timpla. Idagdag ang creme de menthe liqueur at haluing mabuti.
e) Ilipat ang timpla sa isang gumagawa ng ice cream at i-freeze, na sumusunod sa mga direksyon ng gumawa.
f) Matapos tumigas ang ice cream, mga 2 minuto, idagdag ang tinadtad na cookies at ipagpatuloy ang pagyeyelo hanggang sa handa na ang ice cream.
g) Hayaang tumayo upang mahinog at tumigas.

55. Mint Chip Cheesecake Mousse

MGA INGREDIENTS:
- 13 regular na Oreo, pinong dinurog sa isang food processor
- 2 kutsarang mantikilya, natunaw
- 2 kutsarang malamig na tubig
- 1 ½ kutsarita gelatin powder
- 1 ½ tasang mabigat na cream
- Dalawang 8-onsa na pakete ng cream cheese, pinalambot
- Berde at dilaw na pangkulay ng pagkain
- 1 kutsarita ng mint extract
- ½ kutsarita creme de menthe liqueur
- 1 ½ tasang may pulbos na asukal, hinati
- 3½-ounce na bar ng semi-sweet chocolate, pinong tinadtad
- Pinatamis na whipped cream, dahon ng mint, at pinong tinadtad na tsokolate para sa dekorasyon

MGA TAGUBILIN:

a) Sa isang mixing bowl, paghaluin ang dinurog na Oreo at mantikilya, hatiin ang timpla sa 8 maliliit na dessert cup, at dahan-dahang idiin sa pantay na layer.
b) Magdagdag ng tubig sa isang maliit na mangkok pagkatapos ay iwisik ang gelatin nang pantay-pantay sa ibabaw, at hayaang magpahinga ng 5 - 10 minuto.
c) Samantala, ibuhos ang mabigat na cream sa isang daluyan na mangkok ng paghahalo at latigo hanggang sa mabuo ang malambot na mga taluktok. Magdagdag ng ¼ tasa ng powdered sugar at latigo hanggang sa mabuo ang stiff peak, itabi.
d) Magdagdag ng cream cheese sa isang hiwalay na mangkok ng paghahalo at ihalo sa isang electric hand mixer hanggang makinis at malambot, mga 2 minuto. Magdagdag ng natitirang 1 ¼ tasa ng powdered sugar at ihalo hanggang sa pagsamahin.
e) Magdagdag ng mint at creme de menthe liqueur, at food coloring at ihalo hanggang sa pagsamahin, itabi.
f) Painitin ang gelatin mixture sa microwave sa mataas na kapangyarihan sa loob ng 30 segundo pagkatapos ay tanggalin at whisk para sa 1 minuto upang matiyak na ito ay natutunaw nang mabuti.
g) Hayaang lumamig ng 3 minuto pagkatapos ay ibuhos ang gelatin mixture sa cream cheese mixture at agad ihalo gamit ang hand mixer para pagsamahin.
h) Magdagdag ng whipped cream mixture at tinadtad na tsokolate sa pinaghalong cream cheese at tiklupin hanggang sa pantay na pinagsama.
i) Ibuhos ang halo sa mga batch sa isang piping bag at pipe mousse sa ibabaw ng Oreo crust layer. Palamigin ng 3 oras.
j) Ihain ang pinalamig at kung nais pipe sweetened whipped cream sa ibabaw, palamutihan ng mint at tinadtad na tsokolate.

56. Marshmallow meringue gelato cake

MGA INGREDIENTS:
- ½ tasang marshmallow
- 20 g madilim (70%) na tsokolate
- 100 g handa na meringue
- 1 ¼ tasa ng heavy cream
- 2-4 na kutsarang creme de menthe liqueur
- Fresh mint o toasted shaved coconut, para sa dekorasyon

MGA TAGUBILIN:
a) Iguhit ang isang 13 x 23 cm na lata na may plastic wrap. Siguraduhing mag-iwan ka ng ilang sentimetro ng plastic na nakasabit sa mga gilid.
b) I-chop ang tsokolate.
c) Durog na durog ang meringue. Subukang gawin ito nang mabilis dahil ang meringue ay kukuha ng kahalumigmigan mula sa hangin at magiging malagkit.
d) Sa isang malaking mangkok ng paghahalo, talunin ang mabigat na cream hanggang sa malambot na mga taluktok. Magdagdag ng creme de menthe, pagkatapos ay talunin muli ng ilang segundo hanggang sa bumalik ang malambot na mga taluktok.
e) Idagdag ang mga marshmallow at tsokolate sa mangkok at dahan-dahang tiklupin ang mga ito sa cream. Idagdag ang meringue, at dahan-dahang tiklupin muli. Ibuhos ang lahat sa lata at bigyan ito ng ilang malambot na hampas laban sa counter upang ang mga nilalaman ay tumira at maipamahagi. I-fold ang nakasabit na plastic sa ibabaw ng cake, pagkatapos ay balutin ang lata sa isa pang layer ng plastic wrap. Ilagay ang cake sa freezer magdamag.
f) Upang ihain, gamitin ang nakapatong na plastik upang hilahin ang cake mula sa lata. Hiwain, at itaas na may mga sanga ng mint, o mas mainam pa ng isang sprig ng toasted shaved coconut. Ito ay isang malambot na cream cake, kaya agad itong kainin.

57. Creme de Menthe Chocolate Trifle

MGA INGREDIENTS:
- 1 box chocolate cake mix (kasama ang mga sangkap na kailangan para ihanda ito)
- 1 (3.9 onsa) na pakete ng instant chocolate pudding mix
- 2 tasang malamig na gatas
- 1/4 tasa ng Creme de Menthe liqueur
- 2 tasang whipped cream o whipped topping
- Chocolate shavings o grated chocolate para sa dekorasyon

MGA TAGUBILIN:
a) Ihanda ang chocolate cake mix ayon sa mga tagubilin sa pakete at i-bake ito sa isang 9x13-inch baking dish. Hayaang lumamig nang lubusan, pagkatapos ay i-cut ito sa mga cube.
b) Sa isang mixing bowl, haluin ang instant chocolate pudding mix at malamig na gatas hanggang sa lumapot.
c) Haluin ang Creme de Menthe liqueur hanggang sa maayos na pagsamahin.
d) Sa paghahatid ng mga baso o isang maliit na ulam, i-layer ang chocolate cake cubes, chocolate pudding mixture, at whipped cream, ulitin ang mga layer hanggang sa maubos ang mga sangkap.
e) Palamutihan ang tuktok ng trifle na may chocolate shavings o grated chocolate.
f) Palamigin ang trifle nang hindi bababa sa 1 oras bago ihain upang payagan ang mga lasa na maghalo.
g) Ihain nang malamig at tamasahin ang iyong Creme de Menthe na tsokolate na trifle!

58. Creme de Menthe Grasshopper Pie

MGA INGREDIENTS:
- 1 (9-inch) pre-made chocolate cookie crust
- 1 (8 onsa) na pakete ng cream cheese, pinalambot
- 1/2 tasa ng asukal sa pulbos
- 1/4 tasa ng Creme de Menthe liqueur
- 1/4 tasa Creme de Cacao liqueur
- Pangkulay ng berdeng pagkain (opsyonal)
- 1 tasang mabigat na cream, hinagupit
- Chocolate shavings para sa garnish (opsyonal)

MGA TAGUBILIN:
a) Sa isang mixing bowl, talunin ang cream cheese at powdered sugar hanggang makinis at mag-atas.
b) Dahan-dahang idagdag ang Creme de Menthe at Creme de Cacao liqueurs, paghahalo hanggang sa mahusay na pinagsama. Magdagdag ng berdeng pangkulay ng pagkain, kung ninanais, upang makamit ang isang makulay na berdeng kulay.
c) I-fold sa whipped cream hanggang sa pantay-pantay.
d) Ibuhos ang timpla sa chocolate cookie crust at pakinisin ang tuktok gamit ang isang spatula.
e) Palamigin ang pie nang hindi bababa sa 4 na oras, o hanggang itakda.
f) Bago ihain, palamutihan ang pie na may chocolate shavings, kung ninanais.
g) Hiwain at ihain nang pinalamig. I-enjoy ang iyong Creme de Menthe grasshopper pie!

59. Creme de Menthe Chocolate Chip Cookies

MGA INGREDIENTS:
- 1 tasa (2 sticks) unsalted butter, pinalambot
- 3/4 tasa ng butil na asukal
- 3/4 tasa na naka-pack na brown sugar
- 2 itlog
- 1 kutsarita vanilla extract
- 1/4 tasa ng Creme de Menthe liqueur
- 3 tasang all-purpose na harina
- 1 kutsarita ng baking soda
- 1/2 kutsarita ng asin
- 1 1/2 tasa semi-sweet chocolate chips

MGA TAGUBILIN:
a) Painitin muna ang iyong oven sa 375°F (190°C). Iguhit ang isang baking sheet na may parchment paper.
b) Sa isang malaking mangkok ng paghahalo, pagsamahin ang pinalambot na mantikilya, granulated sugar, at brown sugar hanggang sa liwanag at malambot.
c) Talunin ang mga itlog, isa-isa, na sinusundan ng vanilla extract at Creme de Menthe liqueur.
d) Sa isang hiwalay na mangkok, haluin ang harina, baking soda, at asin.
e) Dahan-dahang idagdag ang mga tuyong sangkap sa mga basang sangkap, paghahalo hanggang sa pagsamahin lamang.
f) Haluin ang chocolate chips hanggang sa pantay-pantay na maipamahagi ang cookie dough.
g) I-drop ang mga bola ng kuwarta na kasing laki ng kutsara sa inihandang baking sheet, na may pagitan ng mga 2 pulgada.
h) Maghurno ng 9-11 minuto, o hanggang ang mga cookies ay maging ginintuang kayumanggi sa paligid ng mga gilid.
i) Hayaang lumamig ang cookies sa baking sheet sa loob ng ilang minuto bago ilipat ang mga ito sa wire rack upang ganap na lumamig.
j) I-enjoy ang iyong Creme de Menthe chocolate chip cookies na may isang baso ng gatas o isang tasa ng kape!

MGA CONDIMENTS

60. Creme de Menthe Mint Sauce

MGA INGREDIENTS:
- 1/2 tasa sariwang dahon ng mint, tinadtad
- 1/4 tasa ng Creme de Menthe liqueur
- 2 kutsarang pulot
- 1 kutsarang lemon juice
- Asin at paminta para lumasa

MGA TAGUBILIN:

a) Sa isang maliit na kasirola, pagsamahin ang tinadtad na sariwang dahon ng mint, Creme de Menthe liqueur, honey, at lemon juice.

b) Dalhin ang timpla sa isang kumulo sa katamtamang init, pagpapakilos paminsan-minsan.

c) Magluto ng 3-5 minuto, o hanggang sa bahagyang lumapot ang sauce.

d) Alisin ang kasirola mula sa init at hayaang lumamig ang sarsa sa temperatura ng kuwarto.

e) Timplahan ng asin at paminta ayon sa panlasa.

f) Ihain ang Creme de Menthe mint sauce na may inihaw na tupa, manok, o gulay.

61. Creme de Menthe Mint Jelly

MGA INGREDIENTS:
- 2 tasang sariwang dahon ng mint
- 1/4 tasa ng tubig
- 1/4 tasa ng Creme de Menthe liqueur
- 1/2 tasa ng butil na asukal
- 1 kutsarang lemon juice
- 1 (3 onsa) na pakete ng likidong prutas na pectin

MGA TAGUBILIN:
a) Sa isang food processor, pulsuhan ng tubig ang sariwang dahon ng mint hanggang sa makinis na tinadtad.
b) Ilipat ang tinadtad na dahon ng mint sa isang kasirola at idagdag ang Creme de Menthe liqueur, granulated sugar, at lemon juice.
c) Dalhin ang timpla sa isang pigsa sa katamtamang mataas na apoy, pagpapakilos hanggang sa matunaw ang asukal.
d) Bawasan ang init sa mababang at kumulo para sa 10-15 minuto, pagpapakilos paminsan-minsan.
e) Alisin ang kasirola mula sa init at hayaang lumamig nang bahagya ang timpla.
f) Salain ang pinaghalong sa pamamagitan ng isang pinong mesh salaan sa isang malinis na kasirola, pagdiin sa mga solido upang makuha ang mas maraming likido hangga't maaari.
g) Ibalik ang sinala na likido sa kasirola at pakuluan ito sa katamtamang init.
h) Pukawin ang likidong pectin ng prutas at pakuluan ng 1 minuto, patuloy na pagpapakilos.
i) Alisin ang kasirola mula sa init at hayaang lumamig ang mint jelly sa loob ng ilang minuto.
j) Ilipat ang mint jelly sa mga isterilisadong garapon at i-seal nang mahigpit.
k) Palamigin ang mga garapon hanggang sa maitakda ang halaya.
l) Ihain ang Creme de Menthe mint jelly bilang condiment na may tupa, baboy, o bilang isang glaze para sa mga dessert.

62. Creme de Menthe Mint Pesto

MGA INGREDIENTS:
- 2 tasang sariwang dahon ng mint
- 1/4 tasa ng Creme de Menthe liqueur
- 1/4 tasa toasted pine nuts o almonds
- 2 cloves ng bawang
- 1/4 tasa ng gadgad na Parmesan cheese
- 1/2 tasa ng extra virgin olive oil
- Asin at paminta para lumasa

MGA TAGUBILIN:

a) Sa isang food processor, pagsamahin ang sariwang dahon ng mint, Creme de Menthe liqueur, toasted pine nuts o almonds, bawang, at Parmesan cheese.

b) Pulse hanggang ang mga sangkap ay makinis na tinadtad at maayos na pinagsama.

c) Habang tumatakbo ang food processor, dahan-dahang ibuhos ang langis ng oliba hanggang sa maabot ng pesto ang iyong ninanais na pagkakapare-pareho.

d) Timplahan ng asin at paminta sa panlasa at pulso ng ilang beses upang pagsamahin.

e) Ilipat ang Creme de Menthe mint pesto sa isang garapon o lalagyan at itago ito sa refrigerator.

f) Ihain ang mint pesto bilang pampalasa para sa mga inihaw na karne, inihaw na gulay, o bilang isang spread para sa mga sandwich at wrap.

63. Creme de Menthe Mint Chimichurri

MGA INGREDIENTS:
- 1 tasang sariwang dahon ng perehil
- 1/2 tasa sariwang dahon ng mint
- 1/4 tasa ng Creme de Menthe liqueur
- 2 cloves ng bawang
- 1/4 tasa ng red wine vinegar
- 1/2 tasa ng extra virgin olive oil
- Asin at paminta para lumasa

MGA TAGUBILIN:

a) Sa isang food processor o blender, pagsamahin ang sariwang dahon ng parsley, dahon ng mint, Creme de Menthe liqueur, bawang, at red wine vinegar.

b) Pulse hanggang makinis ang mga halamang gamot.

c) Habang tumatakbo ang food processor, dahan-dahang ibuhos ang langis ng oliba hanggang sa maabot ng chimichurri ang iyong ninanais na pare-pareho.

d) Timplahan ng asin at paminta sa panlasa at pulso ng ilang beses upang pagsamahin.

e) Ilipat ang Creme de Menthe mint chimichurri sa isang garapon o lalagyan at iimbak ito sa refrigerator.

f) Ihain ang mint chimichurri bilang pampalasa para sa inihaw na steak, manok, isda, o inihaw na gulay.

64. Creme de Menthe Mint Salsa

MGA INGREDIENTS:
- 2 hinog na kamatis, diced
- 1/2 tasa diced pulang sibuyas
- 1/4 tasa tinadtad na sariwang cilantro
- 2 kutsarang tinadtad na sariwang dahon ng mint
- 1 jalapeño na paminta, pinagbinhian at diced
- Katas ng 1 kalamansi
- 2 kutsarang Creme de Menthe liqueur
- Asin at paminta para lumasa

MGA TAGUBILIN:
a) Sa isang mixing bowl, pagsamahin ang diced tomatoes, red onion, cilantro, mint leaves, at diced jalapeño pepper.
b) Ibuhos ang lime juice at Creme de Menthe liqueur sa ibabaw ng salsa mixture.
c) Timplahan ng asin at paminta sa panlasa at ihagis upang pagsamahin.
d) Hayaang umupo ang salsa sa temperatura ng silid nang mga 15-20 minuto upang payagan ang mga lasa na maghalo.
e) Tikman at ayusin ang pampalasa kung kinakailangan.
f) Ihain ang Creme de Menthe mint salsa na may mga tortilla chips, inihaw na karne, o bilang isang topping para sa mga tacos at burritos.

65. Mint Pesto Dip

MGA INGREDIENTS:
- 1 tasang sariwang dahon ng mint
- ¼ tasa ng pine nuts
- ¼ tasa gadgad na Parmesan cheese
- ¼ tasa ng langis ng oliba
- Juice ng ½ lemon
- Asin at paminta para lumasa
- Sari-saring gulay at crackers para ihain

MGA TAGUBILIN:
a) Sa isang food processor, dugtungan ang mga dahon ng mint, pine nuts, Parmesan cheese, olive oil, creme de menthe liqueur, asin, at paminta hanggang makinis.
b) Ilipat ang pesto dip sa isang mangkok at ihain kasama ng sari-saring gulay at crackers.
c) Enjoy!

66. Mint Yogurt Sauce

MGA INGREDIENTS:
- 1 tasa plain Greek yogurt
- ¼ tasa tinadtad na sariwang dahon ng mint
- 1 sibuyas na bawang, tinadtad
- 1 kutsarang creme de menthe liqueur
- Asin at paminta para lumasa

MGA TAGUBILIN:

a) Sa isang mangkok, haluin ang Greek yogurt, tinadtad na dahon ng mint, tinadtad na bawang, at creme de menthe liqueur hanggang sa maayos na pinagsama.

b) Timplahan ng asin at paminta ang mint yogurt sauce ayon sa panlasa.

c) Ihain ang mint yogurt sauce bilang pampalasa na may mga inihaw na karne, at inihaw na gulay, o bilang isang sawsaw para sa mga chips o gulay.

67. Mint Aioli

MGA INGREDIENTS:
- ½ tasa ng mayonesa
- ¼ tasa tinadtad na sariwang dahon ng mint
- 1 sibuyas na bawang, tinadtad
- 1 kutsarang creme de menthe liqueur
- Asin at paminta para lumasa

MGA TAGUBILIN:
a) Sa isang mangkok, haluin ang mayonesa, tinadtad na dahon ng mint, tinadtad na bawang, at creme de menthe liqueur hanggang sa maayos na pagsamahin.
b) Timplahan ng asin at paminta ang mint aioli ayon sa panlasa.
c) Ihain ang mint aioli bilang pampalasa na may mga inihaw na gulay, at inihaw na karne, o bilang isang sawsaw para sa mga fries.
d) Enjoy!

68. Mint mustasa

MGA INGREDIENTS:
- 6 na kutsara Tinadtad na sariwang mint
- 3 kutsarang Mayonnaise
- ¾ tasa ng Dijon mustard
- 1 Clove Bawang -tinadtad
- 1 kutsarita sariwang creme de menthe liqueur

MGA TAGUBILIN:
a) Sa isang maliit na mangkok, ihalo ang lahat ng mga sangkap.
b) Mag-imbak sa isang garapon o lalagyan na may masikip na takip.
c) Palamigin hanggang handa nang gamitin.

MGA COCKTAIL

69. Frostbite Tequila Cocktail

MGA INGREDIENTS:
- 1 ½ ounces tequila
- 1 onsa asul na curaçao liqueur
- ½ onsa puting crème de cacao liqueur
- ½ onsa cream
- Luxardo Cherries, para sa dekorasyon

MGA TAGUBILIN:
a) Sa isang cocktail shaker, ibuhos ang tequila, asul na curaçao, crème de cacao, at cream. Punuin ng yelo.
b) Salain sa isang lumang baso na puno ng yelo.
c) Palamutihan ng cherry. Ihain at magsaya.

70. Chocolate Mint Oreo Drink

MGA INGREDIENTS:
- 3 Scoops ng vanilla ice cream
- 2 Oreo cookies, durog
- 2 Andes Creme de Menthes
- 10 onsa dinurog na yelo
- 1¼ onsa Puting creme de menthe
- 1¼ onsa Puting creme de cacao

MGA TAGUBILIN:
a) Ibuhos sa isang blender at timpla ng dalawang minuto sa mataas na bilis.

71. Birthday Creamy Delight

MGA INGREDIENTS:
- 1 onsa crème de menthe
- 1-onsa na cream
- 1 ½ kutsarita ng light agave nectar
- 2 kutsarang chocolate syrup
- 10 dahon ng mint

MGA TAGUBILIN:
a) Sa isang cocktail shaker, guluhin ang mint at agave nectar.
b) Paghaluin ang lahat ng sangkap sa isang cocktail shaker at ibuhos.
c) maglingkod

72. Creme de Menthe Ice Cream Shots

MGA INGREDIENTS:
- 2 tasang mabigat na whipping cream
- 14 ounces Sweetened condensed milk
- 1 tasang Chocolate shavings o semi-sweet chocolate chips
- ⅓ tasa ng Creme de Menthe

MGA TAGUBILIN:
a) Paghaluin ang matamis na condensed milk at Creme de Menthe sa isang mixer hanggang sa pinagsama.
b) Ibuhos ang mabibigat na whipping cream at ihalo sa medium hanggang sa mabuo ang soft peak sa loob ng mixture, pagkatapos ay idagdag ang chocolate shavings hanggang sa pagsamahin lamang.
c) Ilipat ang pinaghalong sa isang lalagyan na ligtas sa freezer na may takip, at i-freeze sa loob ng 8 oras.

73. London Fog

MGA INGREDIENTS:
- 1 onsa puting crème de menthe
- 1 onsa anisette
- Dash ng Angostura bitters

MGA TAGUBILIN:
a) Punan ang cocktail shaker ng yelo.
b) Magdagdag ng crème de menthe, anisette, at bitters.
c) Iling.
d) Salain sa isang baso ng cocktail.

74. Stinger

MGA INGREDIENTS:
- 1 ½ ounces brandy
- ½ onsa puting crème de menthe

MGA TAGUBILIN:
a) Punan ang cocktail shaker ng yelo.
b) Magdagdag ng brandy at crème de menthe.
c) Haluin.
d) Salain sa isang pinalamig na baso ng cocktail.

75. Gandang amerikana

MGA INGREDIENTS:
- ¾ onsa brandy
- ¾ onsa tuyong vermouth
- ½ onsa ng grenadine
- ¾ onsa orange juice
- ½ onsa crème de menthe

MGA TAGUBILIN:
a) Punan ang cocktail shaker ng yelo.
b) Magdagdag ng brandy, dry vermouth, grenadine, orange juice, at crème de menthe.
c) Iling.
d) Salain sa isang pinalamig na baso ng cocktail.

76.Bangon Aking Pag-ibig

MGA INGREDIENTS:
- 1 kutsarita crème de menthe
- Pinalamig na champagne

MGA TAGUBILIN:
a) Ibuhos ang crème de menthe sa isang champagne flute.
b) Itaas na may champagne.

77. Monte Carlo

MGA INGREDIENTS:
- 1 ½ ounces gin
- ¾ onsa crème de menthe
- ¾ onsa lemon juice
- Champagne

MGA TAGUBILIN:
a) Punan ng yelo ang cocktail shaker.
b) Magdagdag ng gin, crème de menthe, at lemon juice.
c) Iling.
d) Salain sa isang baso ng highball na may yelo.
e) Punan ng champagne.

78.Pall Mall Martini

MGA INGREDIENTS:
- 2 ounces gin
- ½ onsa tuyong vermouth
- ½ onsa matamis na vermouth
- 1 kutsarita puting crème de menthe
- Dash orange bitters

MGA TAGUBILIN:
a) Punan ang cocktail shaker ng yelo.
b) Magdagdag ng gin, vermouth, crème de menthe, at mapait.
c) Haluin.
d) Salain sa isang pinalamig na martini glass.

79.Iceberg

MGA INGREDIENTS:
- 2 ounces gin
- Dash white crème de menthe

MGA TAGUBILIN:
a) Punan ang cocktail shaker ng yelo.
b) Magdagdag ng gin at crème de menthe.
c) Iling.
d) Salain sa isang pinalamig na martini glass.
e) Palamutihan ng sariwang mint.

80. Mint Patty Martini

MGA INGREDIENTS:
- 3 ounces paminta vodka
- 2 onsa puting crème de menthe
- 1 Starlight mint
- 1 onsa dark chocolate liqueur
- 1 kutsarang peppermint schnapps

MGA TAGUBILIN:
a) Punan ang cocktail shaker ng yelo.
b) Magdagdag ng pepper vodka, crème de menthe, at Starlight mint.
c) Hayaang tumayo ang shaker ng isang minuto.
d) Iling.
e) Magdagdag ng dark chocolate liqueur.
f) Iling.
g) Salain sa dalawang pinalamig na baso ng martini.
h) Itaas ang bawat baso na may kalahati ng peppermint schnapps.

81. Lumilipad na Tipaklong

MGA INGREDIENTS:
- ¾ onsa crème de menthe
- ¾ onsa crème de cacao
- ¾ onsa vodka

MGA TAGUBILIN:
a) Punan ang cocktail shaker ng yelo.
b) Magdagdag ng crème de menthe, crème de cacao, at vodka.
c) Haluin.
d) Salain sa isang cordial glass.

82. Pinaghalong Mocha Frappe

MGA INGREDIENTS:
- ¾ onsa kape liqueur
- ¼ onsa puting crème de menthe
- ¼ onsa crème de cacao
- ¼ onsa triple sec
- Asukal

MGA TAGUBILIN:
a) Ibuhos ang coffee liqueur, crème de menthe, crème de cacao, at triple sec sa cocktail shaker.
b) Haluin nang walang yelo.
c) Punan ng dinurog na yelo ang isang malalim na platito ng champagne na baso ng asukal.
d) Ibuhos ang timpla sa yelo.

83. Kape Tipaklong

MGA INGREDIENTS:
- ¾ onsa kape liqueur
- ¾ onsa puting crème de menthe
- ¾ onsa cream

MGA TAGUBILIN:
a) Punan ang cocktail shaker ng yelo.
b) Magdagdag ng coffee liqueur, white crème de menthe, at cream.
c) Iling.
d) Salain sa isang pinalamig na baso ng cocktail.

84. All-White Frappe

MGA INGREDIENTS:
- ½ onsa anisette
- ¼ onsa puting crème de menthe
- ½ onsa crème de cacao
- 1 kutsarita ng lemon juice

MGA TAGUBILIN:
a) Ibuhos ang anisette, crème de menthe, crème de cacao, at lemon juice sa cocktail shaker.
b) Haluin nang walang yelo.
c) Ibuhos ang dinurog na yelo sa isang malalim na baso ng platito ng champagne.

85. Anghel na Irish

MGA INGREDIENTS:
- ¾ onsa Irish whisky
- ¼ onsa crème de cacao
- ¼ onsa puting crème de menthe
- 1 ½ ounces mabigat na cream

MGA TAGUBILIN:
a) Punan ang cocktail shaker ng yelo.
b) Magdagdag ng whisky, crème de cacao, crème de menthe, at cream.
c) Iling.
d) Salain sa isang pinalamig na baso ng cocktail o sa isang lumang baso na may yelo.

86. Bushmills Irish Coffee

MGA INGREDIENTS:
- 1 ½ ounces Bushmills Irish whisky
- 1 kutsarita Brown sugar (opsyonal)
- 1 gitling Crème de menthe, berde
- Extra Strong sariwang kape
- Whipped cream

MGA TAGUBILIN:
a) Ibuhos ang whisky sa isang Irish coffee cup at punuin ng kape hanggang ½ pulgada mula sa itaas. Magdagdag ng asukal sa panlasa at ihalo. Itaas na may whipped cream at drizzle crème de menthe sa itaas.
b) Isawsaw ang gilid ng tasa sa asukal upang mabalutan ang gilid.

87. Tipaklong Cappuccino

MGA INGREDIENTS:
- Nag-iisang espresso
- ¼ tasa ng mabigat na cream, hinagupit
- 1½ kutsarita crème de cacao
- 1½ kutsarita crème de menthe
- 3 ounces gatas, steamed
- sariwang mint sprig, para sa dekorasyon
- Pinatamis na chocolate powder

MGA TAGUBILIN:
a) Pagsamahin ang espresso, crème de menthe, at crème de cacao sa isang baso.
b) Ilagay sa 1½ ounces steamed milk at 1½ ounces milk foam.
c) Ilagay sa ibabaw ang whipped cream at chocolate powder at palamutihan ng sariwang mint sprig.

88. Cocoa-Mint Espresso Shake

MGA INGREDIENTS:
- Nag-iisang espresso
- ¼ kutsarita crème de menthe
- 1 scoop na vanilla ice cream
- 1 kutsarita crème de cacao

MGA TAGUBILIN:
a) Pagsamahin ang lahat ng mga sangkap sa isang blender.
b) Pulse ng 15 hanggang 20 segundo, o hanggang makinis.

89. Kahlúa Crème De Menthe Coffee

MGA INGREDIENTS:
- ¼ tasa ng mabigat na cream, hinagupit
- ¾ tasa ng kape
- 2 kutsarang crème de menthe
- 2 kutsarang Kahlúa
- Pinatamis na chocolate powder

MGA TAGUBILIN:
a) Pagsamahin ang Kahlúa at crème de menthe sa isang baso.
b) Ibuhos ang kape at ilagay sa ibabaw ang whipped cream at chocolate powder.

90. Chocolate Stinger

MGA INGREDIENTS:
- 22 ML puting crème de menthe
- 60 ML na espiritu ng tsokolate

MGA TAGUBILIN:
a) Haluin ang mga sangkap na may yelo at salain sa isang basong puno ng dinurog na yelo. Palamutihan gamit ang mint.

91.Fallen Angel

MGA INGREDIENTS:
- 8 ml berdeng crème de menthe
- 8 ml asukal syrup
- 30 ML lemon juice
- 60 ml London dry gin

MGA TAGUBILIN:
a) Iling ang mga sangkap na may yelo at salain sa pinalamig na baso.
b) Palamutihan gamit ang mint.

92. Green Swizzle

MGA INGREDIENTS:
- 8 ML ng sugar syrup
- 8 ml puting crème de menthe
- 15 ML ng katas ng dayap
- 1 gitling na mapait
- 60 ML ng light white rum

MGA ESTRUKSYON:
a) Ibuhos ang mga sangkap sa baso.
b) Punan ang baso ng dinurog na yelo at haluin.

93.Shamrock

MGA INGREDIENTS:
- 15 ML malamig na tubig
- 15 ML berdeng Chartreuse
- 15 ML berdeng crème de menthe
- 45 ML dry vermouth
- 45 ML Irish whisky

MGA TAGUBILIN:
a) Iling ang mga sangkap na may yelo at salain sa pinalamig na baso.
b) Palamutihan gamit ang mint.

94. Mint Chocolate Chip Smoothie

MGA INGREDIENTS:
- 1 saging
- 1 tasang spinach
- ½ tasa ng unsweetened vanilla almond milk
- ¼ tasa sariwang dahon ng mint
- 1 kutsarang pulot
- ¼ kutsarita creme de menthe liqueur
- 1 kutsarang chocolate chips

MGA TAGUBILIN:
a) Sa isang blender, pagsamahin ang saging, spinach, almond milk, dahon ng mint, honey, at creme de menthe liqueur.
b) Haluin hanggang makinis.
c) Ibuhos sa isang baso at ihalo ang chocolate chips.
d) Ihain kaagad at magsaya!

95. Peppermint Boba Tea

MGA INGREDIENTS:
- 2 kutsarita ng lasa ng dahon ng tsaa na iyong pinili
- 16 onsa ng tubig
- 5-6 ounces ng nilutong tapioca pearls
- 2-3 kutsara ng creme de menthe syrup
- 4-6 na kutsara ng milk tea powder mix
- Ice kung kinakailangan.

MGA TAGUBILIN:
a) Gumawa ng iyong tsaa.
b) Maglagay ng 5 hanggang 6 na onsa ng nilutong tapioca pearl sa ilalim ng tasa.
c) Magdagdag ng 2 hanggang 3 kutsara ng creme de menthe syrup sa inumin.
d) Ibuhos ang tsaa, kasama ang gatas sa tasa at iling, o ihalo ito.
e) Magdagdag ng 4 hanggang 6 na kutsara ng milk tea powder mix.
f) Magdagdag ng yelo kung kinakailangan.

96. Creme de Menthe Sparkler

MGA INGREDIENTS:
- 1 onsa Creme de Menthe syrup
- 3 ounces sparkling water o club soda
- 1/2 onsa sariwang katas ng dayap
- Yelo
- Lime wheel para sa dekorasyon

MGA TAGUBILIN:
a) Punan ang isang baso ng mga ice cubes.
b) Ibuhos ang Creme de Menthe syrup at sariwang lime juice sa ibabaw ng yelo.
c) Itaas na may sparkling na tubig o club soda.
d) Haluing malumanay upang pagsamahin.
e) Palamutihan ng lime wheel.
f) Ihain kaagad at tamasahin ang iyong nakakapreskong Creme de Menthe sparkler mocktail !

97. Creme de Menthe White Russian

MGA INGREDIENTS:
- 1 1/2 ounces vodka
- 3/4 onsa coffee liqueur (tulad ng Kahlúa)
- 3/4 onsa Creme de Menthe liqueur
- 1 onsa mabigat na cream
- Yelo

MGA TAGUBILIN:
a) Punan ang isang baso ng bato ng mga ice cube.
b) Ibuhos ang vodka at coffee liqueur sa ibabaw ng yelo.
c) Dahan-dahang ibuhos ang Creme de Menthe liqueur sa likod ng kutsara upang ipatong ito sa ibabaw ng iba pang sangkap.
d) Dahan-dahang ibuhos ang makapal na cream sa likod ng isang kutsara upang lumikha ng isa pang layer.
e) Ihain gamit ang isang stirring stick at tamasahin ang iyong creamy at indulgent na Creme de Menthe White Russian!

98. Creme de Menthe Fizz

MGA INGREDIENTS:
- 1 1/2 ounces gin
- 1/2 onsa Creme de Menthe liqueur
- 1/2 onsa lemon juice
- 1/2 onsa simpleng syrup
- Tubig ng soda
- Lemon twist para sa dekorasyon

MGA TAGUBILIN:
a) Punan ang isang cocktail shaker ng yelo.
b) Idagdag ang gin, Creme de Menthe liqueur, lemon juice, at simpleng syrup sa shaker.
c) Iling mabuti hanggang lumamig.
d) Salain ang timpla sa isang basong puno ng yelo.
e) Itaas na may tubig na soda.
f) Palamutihan ng lemon twist.
g) Ihain at tamasahin ang iyong nakakapreskong Creme de Menthe fizz cocktail!

99. Creme de Menthe Daiquiri

MGA INGREDIENTS:
- 2 onsa puting rum
- 3/4 onsa Creme de Menthe liqueur
- 1 onsa sariwang katas ng kalamansi
- 1/2 onsa simpleng syrup
- Yelo
- Lime wheel para sa dekorasyon

MGA TAGUBILIN:
a) Punan ang isang cocktail shaker ng mga ice cube.
b) Idagdag ang puting rum, Creme de Menthe liqueur, sariwang lime juice, at simpleng syrup sa shaker.
c) Iling mabuti hanggang lumamig.
d) Salain ang pinaghalong sa isang pinalamig na baso ng cocktail.
e) Palamutihan ng lime wheel.
f) Ihain at tamasahin ang iyong nakakapreskong Creme de Menthe daiquiri!

100.Creme de Menthe Margarita

MGA INGREDIENTS:
- 2 onsa tequila
- 3/4 onsa Creme de Menthe liqueur
- 1 onsa sariwang katas ng kalamansi
- 1/2 onsa triple sec
- Yelo
- Salt para sa rimming (opsyonal)
- Lime wedge para sa dekorasyon

MGA TAGUBILIN:
a) Kung ninanais, lagyan ng asin ang gilid ng isang basong margarita sa pamamagitan ng pagpahid ng lime wedge sa paligid ng gilid at isawsaw ito sa asin.
b) Punan ang baso ng mga ice cubes.
c) Sa cocktail shaker, pagsamahin ang tequila, Creme de Menthe liqueur, sariwang lime juice, at triple sec.
d) Magdagdag ng yelo sa shaker at iling mabuti hanggang sa lumamig.
e) Salain ang timpla sa inihandang margarita glass.
f) Palamutihan ng lime wedge.
g) Ihain at tamasahin ang iyong makulay at malasang Creme de Menthe margarita!

KONGKLUSYON

Sa pagtatapos ng aming paggalugad sa larangan ng crème de menthe cuisine, sana ay nakaramdam ka ng inspirasyon na pag-aralan pa ang versatility at mapanlikhang potensyal ng minamahal na liqueur na ito sa loob ng sarili mong kusina. Nakikita mo man ang iyong sarili na naghahalo ng mga cocktail para sa mga pagtitipon kasama ang mga kaibigan, gumagawa ng masaganang dessert, o nakikipagsapalaran sa larangan ng masasarap na pagkain, ang crème de menthe ay naghahatid ng walang limitasyong mga pagkakataon para sa culinary experimentation at kasiyahan.

Ipinaaabot ko ang aking taos-pusong pasasalamat sa pagsama sa akin sa masarap na ekspedisyong ito. Nawa'y pagyamanin ang iyong mga culinary na pagsusumikap sa buhay na buhay na essence at nakapagpapalakas na halimuyak ng crème de menthe, na nagbibigay sa bawat likha ng hindi lamang lasa kundi pati na rin ng isang dampi ng minty freshness. Narito ang kagalakan, kasiyahan, at mga bagong tuklas na culinary na naghihintay sa iyo. Hanggang sa muling magkrus ang ating mga landas, nawa'y mapuno ng kaligayahan ang iyong mga gawain sa pagluluto at nawa'y mamarkahan ang iyong mga pakikipagsapalaran sa pagluluto sa hinaharap ng mga kasiya-siyang sorpresa at masasarap na lasa.

www.ingramcontent.com/pod-product-compliance
Lightning Source LLC
Chambersburg PA
CBHW071850110526
44591CB00011B/1369